നിഴൽവീണ നക്ഷത്രം

Bodhi Books
Pathiyoor P.O., Kayamkulam
Alappuzha - 690508, Kerala, India
E-mail: bodhibooks03@gmail.com
Tel: +91 9447304886

NIZHAL VEENA NAKSHATHRAM
by **Kavalam Madhavankutty**
Play / Malayalam

First Published by Bodhi Books: September, 2023

Typesetting: Bodhi Books
Cover Design: Lakshman Madhav
Book Design @ Chembarathi Creatives, Kottayam

ISBN: 9788195964680

Price **Rs.**150
Production No. B-B-157-1-200-09-23

Printed and bound in India by
Repro, Mumbai

നിഴൽ വീണ നക്ഷത്രം

(നാടകം)

കാവാലം മാധവൻകുട്ടി

ബോധി ബുക്സ്
കായംകുളം - 690 508

കാവാലം മാധവൻ കുട്ടി

ആലപ്പുഴ ജില്ലയിൽ കാവാലത്ത് ജനനവും ബാല്യവും. വളർച്ചയും വിദ്യാഭ്യാസവും പുന്നപ്രയിൽ. ഉദ്യോഗാർത്ഥം ഡൽഹിയിലെത്തി (1977). ഇപ്പോൾ ഡൽഹിയിൽ സ്ഥിരതാമസം.

കലാസാഹിത്യരംഗത്തും സാമുഹിക, സാംസ്ക്കരികരംഗത്തും നാലരപ്പതിറ്റാണ്ടായി പ്രവർത്തിച്ചു വരുന്നു.

പുസ്തകങ്ങൾ: അയനം, വിരാട്, കാലത്തിന്റെ കൈയ്യൊപ്പ്, തുലാവർഷം പെയ്തൊഴിഞ്ഞപ്പോൾ, പ്രജ്ഞാനസാഗരം, കൃഷ്ണ (നോവലുകൾ); സേതുബന്ധനം, യാനം, അയനം, ബലിക്കാക്കകൾ, യഥായഥാഹിധർമ്മസ്യ, കലശം, വനുമീകം, നിഴൽവീണ നക്ഷത്രം, ആരണ്യകം (നാടകങ്ങൾ); ആക്ഷരാർച്ചന, തോരാത്ത മൗനം (കവിതാസമാഹാരം) എന്നിങ്ങനെ പതിനെട്ട് പുസ്തകങ്ങൾ. കൂടാതെ, ആനുകാലികങ്ങളിലും സ്മരണികകളിലുമായി ലേഖനങ്ങൾ, പ്രബന്ധങ്ങൾ, പഠനങ്ങൾ തുടങ്ങിയ അസമാഹൃത രചനകൾ.

പുരസ്ക്കാരങ്ങൾ: കാലത്തിന്റെ കയ്യൊപ്പ് (കേരളാ സ്കൂൾ ലൈബ്രറി അംഗീകാരം, 2014) തുലാവർഷം പെയ്തൊഴിഞ്ഞപ്പോൾ (മെയിൻക്യാരക്ടറിന് പെരില്ലാത്ത ഇന്ത്യൻ ഭാഷകളിലെ ആദ്യനോവൽ, 'ബസ്റ്റ് ഓഫ് ഇന്ത്യ' നാഷണൽ റെക്കാഡ് 2019), കൃഷ്ണ സ്പെഷ്യൽ ജൂറി അവാർഡ് (2023), നാടകരചനയ്ക്കും സംവിധാനത്തിനും പുരസ്ക്കാരങ്ങൾ. ഗായത്രി ഡൽഹി നാടകോത്സവത്തിൽ ബസ്റ്റ് ഡയറക്ടർ അവാർഡ്.

സഹധർമ്മിണി: സുധാമണി (അന്തരിച്ചു)

മക്കൾ: ധന്യ, വന്ദന.

കൊച്ചുമക്കൾ: കൃഷ് ശിവ്, കവിശ്രീ, വേദിക.

ജാമാതാക്കൾ: സഞ്ജീവ്, ശ്രീജിത്.

വിലാസം: ക്യൂ 130, സുധാസ്, പോക്കറ്റ് ക്യൂ,
ദിൽഷാദു ഗാർഡൻ, ഡൽഹി - 110095.

ഫോൺ. 9818262997. ഇ-മെയിൽ: kavalammadhavan07@gmail.com

പ്രസാധകക്കുറിപ്പ്

മനുഷ്യ മനസ്സിനെ വേഗത്തിൽ സ്വാധീനിക്കുന്നതും വിപ്ലവാത്മക മാക്കി തീർക്കുന്നതുമായ ഒരു അവതരണ കലാരൂപമാണ് നാടകം. അനുഷ്ഠാന കലാരൂപങ്ങളിൽ നിന്നാണ് നാടകം ജനമധ്യത്തിലേക്ക് ഇറങ്ങിവന്നതെന്നാണ് കരുതപ്പെടുന്നത്. നടിക്കുന്നതിലൂടെയാണ് നാ ടകലക്ഷ്യം സഫലമാകുന്നത് എന്നതും പ്രധാനമാണ്.

ഇപ്രകാരം രംഗസാക്ഷാത്കാരത്തിനുചിതമായ ഒരു കൃതിയാണ് നി ഴൽവീണ നക്ഷത്രം.

വായനക്കാരുടെയും കാഴ്ചക്കാരുടെയും മനസ്സിൽ വിപ്ലവത്തിന്റെ വീര്യം പകരാൻ ഈ രചനയ്ക്ക് കരുത്തുണ്ട്. സ്വാതന്ത്ര്യ സമരമാണ് പശ്ചാത്തലമെന്നതു കൊണ്ടുതന്നെ, നാടകത്തിലൂടെ ഒരാവർത്തി കട ന്നുപോകുന്നൊരാൾക്ക്, ഓരോ രംഗങ്ങളും പിന്നിടുമ്പോൾ, ദേശപ്രേമ ത്താൽ പ്രചോദിതമായി രക്തം ചൂടുപിടിക്കുന്നതും നുരഞ്ഞ് പായുന്ന തും അനുഭവവേദ്യമാകുകതന്നെ ചെയ്യും.

എല്ലാ നാടകങ്ങളും പാരായണ ക്ഷമമാകണമെന്നില്ല. അഭിനയ ത്തിന്റെയും സംവിധാനത്തിന്റെയും സർഗാത്മകമായ ചേരുവ കൊ ണ്ടു മാത്രമേ പല രചനകളും പൂർണമാവുകയുള്ളൂ. എന്നാൽ നിഴൽ വീണ നക്ഷത്രം ഈ രണ്ടുതരത്തിലും വിജയിച്ച ഒന്നാണെന്ന് നിസ്സം ശയം പറയാം.

നിഴൽവീണ നക്ഷത്രത്തെ അഭിമാനത്തോടെയാണ് ബോധിബുക്സ് കൈരളിക്കു പരിചയപ്പെടുത്തുന്നത്.

അകം

1. ആമുഖം 11
2. അവതാരിക 13
3. നിഴൽവീണ നക്ഷത്രം ഒരു പഠനം 19
4. കഥാപാത്രങ്ങൾ 21
5. നിഴൽവീണ നക്ഷത്രം - നാടകം 23

ആമുഖം

എന്റെ പതിനെട്ടാമത് പുസ്തകമാണ്, ഇപ്പോൾ വായനക്കാരുടെ കൈകളിലിരിക്കുന്ന 'നിഴൽവീണ നക്ഷത്രം'. ഇന്ത്യയുടെ സ്വാതന്ത്ര്യ സമരത്തിന്റെ പ്രാരംഭ ദശകങ്ങളുടെ പശ്ചാത്തലത്തിലാണ് ഈ രചന ഉരുവം കൊള്ളുന്നത്. സ്വാതന്ത്ര്യ സമരചരിത്രത്തിലെ അപ്രകാശിതമായ ഒരേടന്നു പറഞ്ഞാലും അധികമാവില്ല.

പുസ്തകമാക്കണമെന്ന ഉദ്ദേശത്തോടെ രചിച്ച ഒരു കൃതിയല്ല ഇത്. ഡൽഹിയിലെ മലയാളി അമേച്വർ നാടക സമിതി, കേരളസംഗീതനാടക അക്കാഡമി പ്രവാസി നാടകോത്സവത്തിൽ അവതരിപ്പിക്കാനുള്ള ഒരു ലഘുനാടകം എന്ന നിലയിലാണ് 'നിഴൽവീണ നക്ഷത്ര'ത്തിന്റെ പിറവി. 2014 ആയിരുന്നു അത്. നിർഭാഗ്യവശാൽ അന്നു രംഗാവതരണം ചില സാഹചര്യങ്ങളാൽ നടക്കാതെ പോയി. പിന്നീടെപ്പോഴോ, പഴയ പേപ്പറുകൾക്കിടയിൽ ഈ ലഘു നാടകത്തിന്റെ സ്ക്രിപ്റ്റ് വീണ്ടും കണ്ടു. ഈ നാടകത്തെക്കുറിച്ചറിയാവുന്ന സുഹൃത്തുക്കളുടെയും നാടകാസ്വാദകരുടെയും നിർബന്ധം കൂടിയായപ്പോൾ പുസ്തകരൂപത്തിലാക്കാമെന്ന് ഉറച്ചു.

നാടകത്തിന്റെ ആത്മാവിനെ സ്പർശിക്കുന്ന ഗൗരവതരമായ ഒരു അവതാരിക കൊണ്ട് ശ്രീ. ജീബോയ് പുളിക്കൽ 'നക്ഷത്രത്തെ' അനുഗ്രഹിച്ചു. ഗാഢമായ വായനാനുഭവം - പഠനക്കുറിപ്പ് - പങ്കുവെച്ച് ശ്രീ. അജിത് ജി മണിയൻ പിന്തുണച്ചു.

ഈ പുസ്തകത്തിന്റെ പിറവി ഇങ്ങനെയൊക്കെയാണ്.

നാടകാചാര്യനായ ഓം ചേരിസാറിന്റെ പ്രേരണയും പ്രോത്സാഹനവും ആവോളമുണ്ടായിരുന്നു. പുസ്തകത്തിന്റെ കവർ പ്രകാശനം ഡൽഹിയിൽ നിർവഹിച്ചതും ഗുരുവും വഴികാട്ടിയുമായ ഓംചേരി സാറായിരുന്നു.

ഹൃദയത്തിന്റെ ഭാഷയിൽ എല്ലാവർക്കും നന്ദി പ്രകാശിപ്പിക്കുന്നു.

പുസ്തകത്തിനായി മനോഹരമായി ശീർഷകം എഴുതിയും പ്രതീകാത്മകമായ ഇല്ലസ്ട്രേഷൻ നിർവഹിച്ചും കവർ ഡിസൈൻ ചെയ്തുതന്ന ആർട്ടിസ്റ്റ് ലക്ഷ്മൺ മാധവിനോടും പ്രസാധനം ഏറ്റെടുത്ത ബോധി ബുക്സിനോടുള്ള നന്ദിയും സ്നേഹവും ഇവിടെ കുറിക്കുന്നു.

എഴുതിത്തുടങ്ങിയ കാലംമുതൽ വായിച്ചും വിലയിരുത്തിയും വിമർശിച്ചും ഒപ്പം കൂടിയ പ്രിയ വായനക്കാരുടെ കൈകളിലേക്ക്, തീർത്തും വിനീതനായി, ഈ നിഴൽവീണ നക്ഷത്രത്തെ സമർപ്പിക്കുന്നു.

സ്വന്തം,

കാവാലം മാധവൻകുട്ടി

അവതാരിക

'പിന്നിൽ ഒരു മറ, നിൽക്കാൻ ഒരു തറ,
എന്റെ മുമ്പിൽ നിങ്ങളും,
എന്റെ ഉള്ളിൽ ഒരു നാടകവും."

സംവിധാനകലയുടെ ജനയിതാവ് എന്ന് ലോകം വിശേഷിപ്പിക്കുന്ന കോൺസ്റ്റന്റൈൻ സ്റ്റാനിസ്ലോവ്സ്കിയുടെ നാടകത്തെക്കുറിച്ചുള്ള അഭിപ്രായമാണ് മേൽ ഉദ്ധരിച്ചത്. നാടകകലയിൽ പങ്കാളികളാകുന്ന ഏവർക്കും അറിയാവുന്ന സംഗതിയാണിത്. പിന്നെന്തിനാണദ്ദേഹം ഇങ്ങനെ പറയുന്നത്?

"അറിഞ്ഞിട്ടും മറന്നു കളയുന്നപലതും ഒരടുക്കിന് ഓർമ്മിപ്പിക്കാൻ ശ്രമിക്കുന്നുവെന്നു മാത്രം" - ഇതാണ് അതിനുള്ള അദ്ദേഹത്തിന്റെ മറുപടി.

അഭിനയം, സംഭാഷണം എന്നിവയിലൂടെ, സമ്പൂർണ്ണമായ ഒരു മനുഷ്യവ്യാപാരത്തെ പ്രേക്ഷകരിലേക്ക് പകരുന്ന ദൃശ്യശ്രാവ്യകലയാണ് നാടകം. അതുകൊണ്ടുതന്നെയാണ് 'ഒരു പൂർണ്ണക്രിയയുടെ അനുകരണ'മെന്ന് അരിസ്റ്റോട്ടിൽ നാടകത്തെ നിർവ്വചിച്ചിട്ടുള്ളത്.

മനുഷ്യജീവിതത്തെയും പ്രപഞ്ചത്തെയും നിയന്ത്രിക്കുന്ന അദൃശ്യ ശക്തികൾ തമ്മിൽ നടന്നുകൊണ്ടിരിക്കുന്നതായുള്ള സംഘട്ടനത്തെ ആംഗ്യത്തിലൂടെയും നൃത്തചലനങ്ങളിലൂടെയും ഗാനത്തിലൂടെയും പ്രാചീനമനുഷ്യർ ആവിഷ്കരിച്ചവയാണ് അനുഷ്ഠാനങ്ങൾ. അത്തരം അനുഷ്ഠാനങ്ങൾ പല പല പരിണാമങ്ങളിലൂടെ വികസിച്ച് നാടകരൂപം പ്രാപിച്ചതിനുശേഷമാണ് ആദ്യകാല നാടക കൃതികൾ ഉണ്ടായത്.

വികസിതമായ നാടകകല ആദ്യമായി നിലവിൽവന്ന രാജ്യം പ്രാചീനഗ്രീസ് ആയിരുന്നുവെന്ന് ഗവേഷകന്മാർ കണ്ടെത്തിയിട്ടുണ്ട്. അതിനെത്തുടർന്ന് അധികകാലം കഴിയുന്നതിനുമുമ്പു തന്നെ ഇന്ത്യയിലും നാടകം രൂപംകൊണ്ടു.

മലയാളത്തിൽ ആദ്യമായി പ്രസിദ്ധപ്പെടുത്തിയ നാടകകൃതിയാണ് 'ആൾമാറാട്ടം'. 1866-ലാണ് കല്ലൂർ ഉമ്മൻ പീലിപ്പോസ്, ഷേക്സ്പിയറിന്റെ 'കോമഡി ഓഫ് എറേഴ്സ്' എന്ന ഈ ശുഭാന്ത നാടകം പരിഭാഷപ്പെടുത്തുന്നത്. എന്നാൽ കാളിദാസന്റെ 'അഭിജ്ഞാന ശാകുന്തള'ത്തിനുള്ള തർജ്ജമ (1882) എഴുതിയ കേരളവർമ്മ വലിയകോയിത്തമ്പുരാനാണ് കാലങ്ങളായി ആദ്യ നാടകകൃത്തെന്ന പദവി വഹിക്കുന്നത്. മറ്റു പലതിലുമെന്നപോലെ കേരളവർമ്മയെ തുടക്കക്കാരനാക്കി നാടകചരിത്രം നിർമ്മിക്കുമ്പോൾ, ജാതിക്കോയ്മയുടെ വിശേഷാധികാരം തന്നെയാണ് അവിടെയും പ്രവർത്തിക്കുന്നത്.

മലയാളനാടകത്തിന്റെ ചരിത്രം കോഡീകരിക്കാനും വിശകലനം ചെയ്യാനും സവിശേഷമായ ശ്രമങ്ങൾനടക്കുന്നത്, 1970-നു ശേഷമാണ്. ചേലങ്ങാട്ട് ഗോപാലകൃഷ്ണന്റെ 'മലയാള നാടക ചരിത്രം' (1970), ജി. ഗംഗാധരൻ നായരുടെ 'മലയാളനാടകം- നൂറു വർഷം' (1981), വി. എസ്. ശർമ്മയുടെ 'മലയാള നാടകം1880-1980' (1983), മടവൂർ ഭാസിയുടെ 'മലയാള നാടകസർവ്വസ്വം' (1990), ജി. ശങ്കരപ്പിള്ളയുടെ 'മലയാള നാടകസാഹിത്യ ചരിത്രം' (1991), ഡോ. കെ. ശ്രീകുമാറിന്റെ 'മലയാള സംഗീതനാടക ചരിത്രം' (2002), വയലാ വാസുദേവൻപിള്ളയുടെ 'മലയാള നാടകചരിത്രം' (2005), സജിത മഠത്തിലിന്റെ 'മലയാള നാടക സ്ത്രീ ചരിത്രം' (2010) എന്നിവയാണ് സാഹിത്യ ചരിത്ര സ്വഭാവത്തിൽ എഴുതപ്പെട്ട നാടക ചരിത്രങ്ങൾ.

ഇരുപതാം നൂറ്റാണ്ടിന്റെ ആദ്യ ദശകങ്ങൾ വരെ കേരളീയ കലാരംഗത്തെ നിർണ്ണയിക്കുകയും നിയന്ത്രിക്കുകയും ചെയ്തത്, മറ്റെല്ലാ സാമൂഹിക രംഗത്തെയും പോലെ ജാതി തന്നെയായിരുന്നു. ബ്രാഹ്മണ്യ നിയമങ്ങളുടെ സങ്കീർണതകളിലാണ് നാടോടി-അനുഷ്ഠാന-ക്ഷേത്ര കലകളെല്ലാം കേരളത്തിൽ നില നിന്നത്. ഭാഷാ പ്രയോഗങ്ങളിൽ വരെ ഉച്ച നീചത്വങ്ങൾ പ്രകടമായിരുന്നു. കലാകാരന്മാരും ആസ്വാദകസമൂഹവും വരേണ്യർ തന്നെയായിരുന്നു.

പുരാണേതര കലയോ കലാകാരന്മാരോ ചരിത്രത്തിന്റെ ഒരു ഘട്ടത്തിലും രേഖപ്പെടുത്തപ്പെട്ടിരുന്നില്ല. വരേണ്യമെന്നും കീഴാളമെന്നും രണ്ടായി വിഭജിക്കപ്പെട്ടിരുന്ന കലയിൽ തങ്ങളുടെ സാംസ്ക്കാരിക ചിഹ്നങ്ങളുടെ ചരിത്രപരമായ മേൽക്കോയ്മ ഉറപ്പു വരുത്തുന്നതിൽ വരേണ്യ സമൂഹം ശ്രദ്ധിച്ചു. സഞ്ചരിക്കുന്ന തമിഴ് സംഗീത നാടകങ്ങളുടെ കടന്നുവരവ് (1865-70) ഈ അവസ്ഥയ്ക്കുമാറ്റം വരുത്തി.

തൊണ്ണൂറുകളോടടുത്താണ് നമ്മുടെ നാടകം സ്ത്രീ, ദലിത്, ആദിവാസി സാന്നിധ്യങ്ങളെപ്പറ്റി ആലോചിച്ചു തുടങ്ങുന്നതുതന്നെ.

ഇന്ത്യയിൽ കച്ചവടാവകാശങ്ങൾ നേടിയെടുക്കുന്നതു ലക്ഷ്യമാക്കി 1600-ൽ സ്ഥാപിതമായ ബ്രിട്ടീഷ് ഈസ്റ്റ് ഇന്ത്യ കമ്പനിക്ക്, എലിസബത്തുരാജ്ഞി രാജകീയാനുമതിപത്രം അതേവർഷം ഡിസംബർ 31-നു നൽകിയിരുന്നു. ഈ അനുമതിപത്രത്തിന്റെ ഫലമായി കമ്പനിക്ക് ഇന്ത്യയിലെയും കിഴക്കൻ രാജ്യങ്ങളിലെ എല്ലാ കച്ചവട കേന്ദ്രങ്ങളുടെയും മുകളിൽ പതിനഞ്ചു വർഷത്തെ കുത്തകാവകാശം ലഭിച്ചു. മേഖലയിൽ ശക്തരായിരുന്ന വിവിധ യൂറോപ്യൻ കമ്പനികൾ തമ്മിലുള്ള മത്സരംമൂലം സാധനങ്ങളുടെ വാങ്ങൽ വിലയിൽ കാര്യമായ വർദ്ധനവു വന്നു. ഒപ്പം കമ്പനികൾക്കുള്ള ലാഭത്തിൽ കാര്യമായ കുറവുസംഭവിക്കുവാനും തുടങ്ങി. ഇതോടെ കമ്പനികൾ തമ്മിൽ സ്പർദ്ധ ഉടലെടുക്കുകയും പരസ്പരം പോരാട്ടം തുടങ്ങുകയും ചെയ്തു. എതിരാളികളുടെ കപ്പലുകൾ മുക്കുക, വഴി തടയുക തുടങ്ങിയവ പതിനേഴും പതിനെട്ടും നൂറ്റാണ്ടുകളിൽ സാധാരണമായി. അങ്ങനെ കച്ചവടം ആയുധസമേതമായി മാറുകയും, പണ്ടികശാലകൾ കോട്ടകളായി പരിണമിക്കുകയും ചെയ്തു. അവസാനം ഈ കിടമത്സരത്തിൽ വിജയം വരിച്ച്, ബ്രിട്ടീഷ് ഈസ്റ്റ് ഇന്ത്യാ കമ്പനി മേഖലയിലെ വൻശക്തിയായി മാറി. കാലക്രമേണ ഭരണാധികാരവും സൈനിക ശക്തിയും സ്വാംശീകരിച്ചതോടെ ഒരു വാണിജ്യ-വ്യാപാര സ്ഥാപനത്തിൽ നിന്നും, ഇന്ത്യയെഅടക്കിഭരിക്കുന്ന അധികാരസ്ഥാപനമായി കമ്പനി പരിണമിച്ചു. അങ്ങനെ കച്ചവടത്തിനുവന്നവർ രാജ്യം കൈയ്യടക്കി, നമ്മുടെ മാതൃഭൂമിയെ അടിമരാജ്യമാക്കി. ഭാരത മാതാവിന്റെ കാലിലെ വൈദേശിക അടിമച്ചങ്ങലകളെ പൊട്ടിച്ചെറിയാൻ രാജ്യത്തെങ്ങും പോരാട്ടം ആരംഭിച്ചു. ഇതിനകം, ഗാന്ധിജിയുടെ നേതൃത്വത്തെ ദേശമാകെ മനസ്സുകൊണ്ട് ഏറ്റെടുത്തു കഴിഞ്ഞിരുന്നു. മുതിർന്ന നേതാക്കൾ അഹിംസാസിദ്ധാന്തവും സത്യഗ്രഹവും മറ്റുമായി മുന്നോട്ടു പോയി. എന്നാൽ, അതിനൊന്നും ബ്രിട്ടീഷ് ആധിപത്യത്തെ പെട്ടെന്ന് അവസാനിപ്പിച്ച് ഇന്ത്യയുടെ അസ്വാതന്ത്ര്യത്തിന് ഒരു പരിണാമവും വിരാമവും നൽകാനായില്ല. അതിനെത്തിനെത്തുടർന്ന് രാജ്യത്തെങ്ങും ഒളിച്ചും പതുങ്ങിയും പല വിപ്ലവസംഘങ്ങളും രൂപം കൊള്ളുകയും ബ്രിട്ടീഷ് ആധിപത്യതിനെതിരെ പടപ്പുറപ്പാട് തുടങ്ങുകയും ചെയ്തു.

ബംഗാൾ വിഭജനത്തെത്തുടർന്ന്, 'അനുശീലൻസമിതി'യുടെ

യും ജഗാന്തറിന്റെയുമൊക്കെ നേതൃത്വത്തിൽ ഉയർന്നുവന്ന വിപ്ല വപ്രസ്ഥാനത്തിൽനിന്ന്, ഒരു സംഘം തമിഴ് യുവാക്കൾ പ്രചോദ നം ഉൾകൊണ്ടിരുന്നു. ദേശീയ പ്രസ്ഥാനത്തിലെ തീവ്രവാദി വിഭാഗ നേതാക്കളായ ലാൽ-ബാൽ-പാൽ ത്രിത്വത്തിന്റെ ആരാധകരായിരു ന്നു അവർ.

നീലകണ്ഠ ബ്രഹ്മചാരി, വി. വി. എസ് അയ്യർ, എം.പി.ടി. ആചാ ര്യ, ശങ്കർ കൃഷ്ണയ്യർ, സുബ്രഹ്മണ്യഭാരതി, സുബ്രഹ്മണ്യ ശിവ, വി. ഒ. ചിദംബരപിള്ള എന്നിവരൊക്കെ ഈ തമിഴ് സാഹസികരിൽ ഉൾ പ്പെട്ടു.

തമിഴ് ബ്രാഹ്മണ കുടുംബത്തിൽ രഘുപതി അയ്യരുടെയും രുക്മ ണിയമ്മയുടെയും മകനായി 1886-ൽ സെങ്കോട്ടയിലാണ് വഞ്ചിനാ ഥൻ ജനിച്ചത്. സെങ്കോട്ടയിൽ സ്കൂൾ വിദ്യാഭ്യാസം നടത്തി. പൊ ന്നമ്മയെ വിവാഹം കഴിച്ചു. വനം വകുപ്പിൽ സർക്കാർ ജോലിയിൽ പ്രവേശിച്ചു.

ആയിരത്തിതൊള്ളായിരത്തി പതിനൊന്നു കാലഘട്ടം. ബ്രിട്ടീഷു കാർ ഇന്ത്യയുടെ എല്ലാതുറമുഖങ്ങളിൽ നിന്നും പൊതുജനങ്ങൾ ക്കായി കപ്പൽ ഗതാഗതം നടത്തിവന്നു. ലക്ഷ്യം, ഇന്ത്യൻ ജനതയെ കൊള്ളയടിക്കുക എന്നതുതന്നെ. കൂട്ടത്തിൽ തൂത്തുക്കുടിയിൽ നി ന്നും കൊളംബിലേക്കും കപ്പലുണ്ടായിരുന്നു. ഓരോ കപ്പലിലും അമി തമായ യാത്രക്കൂലി ഈടാക്കിയും ശ്വാസംവിടാൻ നിവൃത്തിയില്ലാത ത്ര ആൾക്കാരെ കുത്തിനിറച്ചുമായിരുന്നു കപ്പൽയാത്ര. സ്വജനങ്ങ ളുടെ കഷ്ടപ്പാടുകൾകണ്ടറിഞ്ഞ സ്വദേശാഭിമാനി ചിദംബരംപിള്ള, കൊളംബിലേക്ക് 'സ്വദേശികപ്പലോട്ടം' നടത്തി. യാത്രാനിരക്കാകട്ടെ ബ്രിട്ടീഷ് നിരക്കിന്റെപകുതി മാത്രവുമായിരുന്നു. ജനങ്ങളെ കുത്തി നിറക്കുന്ന പതിവും നിർത്തി. 'മിതമായ നിരക്കിൽ സുഖകരമായ യാത്ര' എന്നതായിരുന്നു നയം. പിള്ളയുടെ ഈ നടപടി കൊളംബ് കപ്പൽ സർവ്വീസ് നടത്തുന്ന ഇംഗ്ലീഷുകാരുടെ വരുമാനം കുറയ്ക്കു കയും ലാഭം നഷ്ടമാക്കുകയും ചെയ്തു. അന്നത്തെ തിരുനെൽവേ ലി കളക്ടറും മജിസ്ട്രേറ്റുമായിരുന്ന അയർലണ്ടുകാരൻ റോബർട്ട് വില്യം ആഷെയും അനുയായികളും കൂടി ആലോചിച്ച് ഇതിനൊരു പരിഹാരം കണ്ടെത്തി. ചിദംബരംപിള്ളയെ അറസ്റ്റു ചെയ്തു ജയി ലിലടക്കുകയും, കപ്പൽ കണ്ടുകെട്ടുകയും ചെയ്തു. മാത്രമല്ല ബ്രിട്ടി ഷ് സാമ്രാജ്യത്തിനെതിരെ വിധ്വംസനപ്രവർത്തനങ്ങൾ നടത്തിയെ ന്നാരോപിച്ച് സ്വദേശി ചിദംബരപിള്ളയെ തൂക്കിലേറ്റി. ഇതിനെതി

രെ പ്രതിക്ഷേധിച്ച മൂവായിരത്തോളം യുവാക്കൾ ഫ്രഞ്ചു പ്രവിശ്യയായിരുന്ന പോണ്ടിച്ചേരിയിൽ രഹസ്യമായി കൂടുകയും ബ്രിട്ടനിൽ നിന്നു തന്നെ രഹസ്യമായി കടത്തിയ തോക്ക് ഉപയോഗിക്കുവാൻ പരിശീലനം തുടങ്ങുകയും ചെയ്തു. ഇന്ത്യയുടെ ചക്രവർത്തിയായി ജോർജ്ജ് അഞ്ചാമൻ സ്ഥാനമേൽക്കുവാൻ പോകുന്നു എന്ന വാർത്തയും ഈ വേളയിൽ നാടെങ്ങും പരന്നിരുന്നു.

17 ജൂൺ 1911 - മദ്രാസിലേക്കുള്ള യാത്രാമദ്ധ്യേ, മണിയാച്ചി സ്റ്റേഷനിൽ ഒരു തീവണ്ടി വന്നുനിന്നു. ഈ വണ്ടിയുടെ ഫസ്റ്റ് ക്ലാസ്സ് കമ്പാർട്ടുമെന്റിൽ തിരുനെൽവേലി കളക്ടറായിരുന്ന റോബർട്ട് വില്യം ആഷെയും ഭാര്യയും ഉണ്ടായിരുന്നു. തപാൽ ഉരുപ്പടികളുടെ പാഴ്സലുകൾ കയറ്റുവാനാണ് വണ്ടി ഇവിടെ നിറുത്തിയത്. ഈ അവസരം മുതലെടുക്കവാൻ വഞ്ചിനാഥനും കൂട്ടരും തീരുമാനിച്ചിരുന്നു.

വഞ്ചിനാഥൻ ഫസ്റ്റ് ക്ലാസ്സ് കമ്പാർട്ടുമെന്റിലേക്ക് ചാടിക്കയറുകയും ആഷെയെ പോയിന്റ് ബ്ലാങ്ക് റേഞ്ചിൽ വെടി വെക്കുകയും ചെയ്തു. പിന്നീടു തീവണ്ടിയിൽനിന്നു ചാടിയിറങ്ങിയ വഞ്ചിനാഥൻ പ്ലാറ്റുഫോമിൽ ഉണ്ടായിരുന്ന ശുചി മുറിയിലേക്ക് ഓടിക്കയറി. ഈ സംഭവം ജനങ്ങൾ അറിയുന്നതിനുമുമ്പു തന്നെ ശുചിമുറിയിൽ നിന്ന് മറ്റൊരു വെടിയൊച്ച കൂടി മുഴങ്ങി. തന്റെ ലക്ഷ്യം നിറവേറ്റിയ, ഇരുപത്തിയഞ്ചുകാരൻ വഞ്ചിനാഥൻ, ബ്രിട്ടീഷുകാരുടെ പിടിയിൽ ആകുന്നതിനു മുമ്പ് ആത്മാഹൂതി ചെയ്തു.

ആഷെയെ കൊലപ്പെടുത്തിയ ശേഷം ആത്മഹത്യ ചെയ്യാൻ പദ്ധതിയിട്ടിരുന്നതിനാൽ ആഷെയെയല്ലാതെ മറ്റാരെയും ഉപദ്രവിക്കുവാൻ വഞ്ചിനാഥൻ ഉദ്ദേശിച്ചിരുന്നില്ലയെന്നു അദ്ദേഹത്തിന്റെ പോക്കറ്റിൽ നിന്നു ലഭിച്ച കത്തിൽ നിന്നും നമുക്കു മനസ്സിലാക്കാം. കത്ത് ഇപ്രകാരമായിരുന്നു:

> “എന്റെ മാതൃരാജ്യത്തിന് ഒരു ചെറിയ സംഭാവനയായി ഞാൻ എന്റെ ജീവിതം സമർപ്പിക്കുന്നു. ഇതിന് ഞാൻ മാത്രമാണ് ഉത്തരവാദി. ഇംഗ്ലണ്ടിലെ മ്ലേച്ഛന്മാർ നമ്മുടെ രാജ്യം പിടിച്ചടക്കി ഹിന്ദുക്കളുടെ സനാതനധർമ്മത്തെ ചവിട്ടി നശിപ്പിക്കുന്നു. ഇംഗ്ലീഷുകാരെ തുരത്തി സ്വരാജ്യം നേടാനും സനാതന ധർമ്മം പുനഃസ്ഥാപിക്കാനുമാണ് ഓരോ ഇന്ത്യാക്കാരനും ശ്രമിക്കുന്നത്....... മഹാന്മാരായ സമ്രാട്ടുമാർ ഭരിച്ചിരുന്ന ഈ മഹത്തായ ഭൂമിയിൽ പശുഭോക്താവായ ജോർ

ജ് അഞ്ചാമൻ രാജാവിന്റെ കിരീടധാരണം ആഘോഷിക്കാൻ ഇവിടെ എത്തിയ ആഷയെ ഞാൻ കൊല്ലും. ഈ പുണ്യഭൂമിയെ അടിമപ്പെടുത്താനുള്ള ചിന്തയെ വിലമതിക്കുന്നവരുടെ ഗതി, അവർക്ക് മനസ്സിലാക്കാൻ വേണ്ടിയാണ് ഞാൻ ഇതു ചെയ്യുന്നത്. അവരിൽ ഏറ്റവും ചെറിയ ആളെന്ന നിലയിൽ ആഷിനെ കൊന്നുകൊണ്ട് ജോർജിന് മുന്നറിയിപ്പ് നൽക്കാൻ ഞാൻ ആഗ്രഹിക്കുന്നു.

വന്ദേമാതാരം....''

R വഞ്ചിഅയ്യർ, ചെങ്കോട്ട.

സ്വാതന്ത്ര്യസമര കാലഘട്ടത്തിലെ ഒരു ചരിത്രസന്ദർഭത്തെ ആധാരമാക്കി ശ്രീ. കാവാലം മാധവൻ കുട്ടി രചിച്ച നാടകമാണ് 'നിഴൽ വീണ നക്ഷത്രം'. വേണ്ടത്ര ഗവേഷണവും പഠനവും നടത്തിയിട്ടാണ്, വഞ്ചിനാഥഅയ്യരെ നായകനാക്കിയുള്ള ഈ നാടക രചനയ്ക്കു ഗ്രന്ഥകർത്താവ് തുനിഞ്ഞിരിക്കുന്നത് എന്നതിനു ചരിത്രം സാക്ഷി. ഒറ്റവാക്കിൽ പറഞ്ഞാൽ ആദ്യന്തം ഒരിരുപ്പിൽ വായിച്ചു തീർക്കാൻ സാധിക്കുന്ന ഒരു നാടകം. ഹ്രസ്വമായ സംഭാഷണ രീതിയിലൂടെ, നാടകീയതയോടെ, വിശ്വസനീയതയോടെയുള്ള ആവിഷ്കാരമാണ് 'നിഴൽവീണ നക്ഷത്രം'.

ഏറെ സന്തോഷത്തോടെയും അഭിമാനത്തോടെയും ഈ കൃതി സഹൃദയസമക്ഷം സമർപ്പിക്കുന്നു. കാവാലം മാധവൻകുട്ടിക്ക് എല്ലാ നന്മകളും ആശംസിച്ചു കൊള്ളുന്നു.

ജീബോയ് പുളിക്കൽ

ഡൽഹി

നിഴൽവീണ നക്ഷത്രം ഒരു പഠനം

നാടകം ഒരു ജനകീയ കലയാണ്. മറ്റ് ഏതൊരു കലാരൂപം ആസ്വദിക്കണമെങ്കിലും അല്പമാത്രമായെങ്കിലും അതിനെക്കുറിച്ച് അറിവുണ്ടായിരിക്കണം. എന്നാൽ, നാടകത്തിന് അതിന്റെ ആവശ്യമില്ല. പണ്ഡിതനേയും പാമരനേയും ഒരുപോലെ ആസ്വാദനതലത്തിലേക്കു നാടകം ആനയിക്കുന്നു. പകലന്തിയോളം പണിയെടുത്ത് വൈകിട്ട് അമ്പലപ്പറമ്പിലെത്തി നാടകം ആസ്വദിച്ചിരുന്ന ഒരു കാലമുണ്ടായിരുന്നു. കാലക്രമേണ നാടകം അന്യം നിന്നുപോയ ഒരു കലാരൂപമായി മാറിക്കൊണ്ടിരിക്കുന്നു. അതിനൊക്കെ കരണങ്ങൾ നിരത്താനുണ്ടാകാം. എന്നാൽ, ഇതിൽ നിന്നൊക്കെ വ്യത്യസ്ഥമായി നാടകത്തെ സ്നേഹിക്കുന്ന ചിലരൊക്കെ അവരാലാകുന്നതു ചെയ്യാതെയുമില്ല. നാടകം നാട്ടകവിശേഷങ്ങളാണ്. അതു നടിച്ചുകാണിക്കുന്നതു നാടകവും. ഇതു മനസിലക്കാൻ പ്രത്യേക പരിജ്ഞാനമൊന്നുമാവശ്യമില്ല. അതവന്റെ കഥയാണ്. പറഞ്ഞു വരുന്നത്, വായിച്ചുതീർന്ന കാവാലം മാധവൻകുട്ടിയുടെ 'നിഴൽവീണ നക്ഷത്ര'ത്തെക്കുറിച്ചാണ്.

ദേശസ്നേഹം, ദേശഭക്തി, ദേശീയത - എല്ലാം ദിനംതോറും അലങ്കാരമായി മാറിക്കൊണ്ടിരിക്കുകയാണ്. ഞാൻ എന്ന ചരിത്രം സൃഷ്ടിക്കുന്ന വ്യഗ്രതിയിലാണ് ഇന്നുലോകം. സ്വന്തമെന്ന പദത്തിന്റെ പര്യായം തേടിയലയലാണ് ഇന്നു താല്പര്യങ്ങൾ. അവിടെ ദേശമെന്നത് ദോഷമാണ്. ചരിത്രത്തിന്റെ ചാരിത്ര്യം തേടിയുള്ള യാത്രയിലാണ് പലരും. മൺമറഞ്ഞുപോയ ധീരൻമാരെ കൂറുചേർത്തും കീറിമുറിച്ചും പുതുചരിത്രം സൃഷ്ടിക്കുന്ന കറുത്തകാലം. ആ കാലത്തും ആർക്കും വേണ്ടാത്തചിലരുണ്ട്. അത്തരം പേരുകളിൽ ഒന്നാണ് വാഞ്ചിനാഥയ്യർ.

ഈ നാടകം ഉടനീളം പ്രതിപാദിക്കുന്നത് വിദ്യാർത്ഥിയായ വാഞ്ചിനാഥയ്യർ എന്ന ധീരരക്തസാക്ഷിയിലേക്കുള്ള അയനമാണ്.

ജനനം, വിദ്യാഭ്യാസം, കുടുംബം, സ്നേഹം, ഉത്തരവാദിത്വം, ദേശസ്നേഹം, കടമ എല്ലാം ഇരുപത്തിയഞ്ച് വർഷത്തിനുള്ളിൽ നിർവഹിച്ച് കടന്നുപോവുകയെന്നത് സങ്കൽപ്പങ്ങൾക്കപ്പുറമാണ്. ഇതിലെ ഒരോ കഥാപാത്രങ്ങളും ജീവസുറ്റ ഓരോ വ്യക്തിത്വങ്ങളാണ്. മൺമറഞ്ഞുപോയ ആ ധീര സങ്കല്പങ്ങളെ നാടകരചനയിലൂടെ ഈ ദേശത്തിനു സമർപ്പിക്കുന്നതിൽ ഗ്രന്ഥകർത്താവ് വിജയിച്ചിരിക്കുന്നുവെന്നതു തീർത്തും പ്രശംസയർഹിക്കുന്നു.

പത്തു ഹ്രസ്വരംഗങ്ങളിലൂടെയാണ് കാവാലം മാധവൻകുട്ടി നിഴൽവീണ നക്ഷത്രങ്ങളുടെ കഥ പറഞ്ഞവസാനിപ്പിക്കുന്നത്.

യഥാർത്ഥചരിത്രം അന്യമായിക്കൊണ്ടിരിക്കുന്ന പുതുതലമുറയ്ക്കുമുന്നിൽ ചരിത്രത്തിന്റെ പുതിയ കണ്ണാടിയായ് മാറും ഈ നാടകം എന്നത് വരാനിരിക്കുന്ന ചരിത്രം.

നാളെ ചരിത്രം വെറും ചിത്രമായി മാറാതിരിക്കട്ടെയെന്ന പ്രത്യാശയോടെ...

അജിത്ത് ജി മണിയൻ

ഡൽഹി

കഥാപാത്രങ്ങൾ

വഞ്ചിനാഥ അയ്യർ
മാടസ്വാമി
രഘുപതി അയ്യർ
തങ്കമണി കുഞ്ഞമ്മ
വേലുക്കുട്ടി പിള്ള
വി.വി.എസ്. അയ്യർ
ജഡ്ജി 1
ജഡ്ജി 2
ജഡ്ജി 3 (ചേറ്റൂർ ശങ്കരൻ നായർ)
കോളേജ് പ്രിൻസിപ്പാൾ
പ്രൊഫസർ
കോൺഗ്രസ്സ് സോഷ്യലിസ്റ്റ് 1
കോൺഗ്രസ്സ് സോഷ്യലിസ്റ്റ് 2
പോലീസുകാരൻ 1
പോലീസുകാരൻ 2
ഒ.വി. ചിദംബരം പിള്ള
ഹെഡ്ക്ലാർക്ക്
ക്ലാർക്ക്
പോലീസ് ഓഫീസർ 1
പോലീസ് ഓഫീസർ 2
വഞ്ചിനാഥഅയ്യരുടെ പത്നി സതീദേവി
വഞ്ചിനാഥ അയ്യരുടെ മകൾ
കളക്ടർ ആഷേ
കളക്ടറുടെ പത്നി
സ്റ്റേഷൻ മാസ്റ്റർ
തപാൽ ജോലിക്കാർ 3
പാർവ്വതീഭായി തമ്പുരാട്ടി

നിഴൽവീണ നക്ഷത്രം

പശ്ചാത്തലം

ആയിരത്തി തൊള്ളായിരത്തി പതിനൊന്ന് കാലഘട്ടം.

ബ്രിട്ടീഷ്കാരുടെ ഭരണം തെക്കേ ഇന്ത്യയെ ഒരു നീരാളിയെപ്പോലെ വരിഞ്ഞു മുറുക്കി താണ്ഡവമാടുന്ന സമയം.

സ്വദേശി പ്രസ്ഥാനത്തിനും ഇന്ത്യയുടെ സ്വാതന്ത്ര്യത്തിനും പ്രചുര പ്രചാരം. അല്പം ചില സ്തുതിപാഠകരായ ഭാരതീയരൊഴിച്ചാൽ ആബാലവൃദ്ധം ജനങ്ങളും സ്വാതന്ത്ര്യേച്ഛുക്കൾ. ഇന്ത്യയുടെ എല്ലാ തുറമുഖങ്ങളിൽ നിന്നും ഇംഗ്ലീഷുകാർ കപ്പൽ ഗതാഗതം നടത്തി വന്നു. തൂത്തുകുടിയിൽ നിന്നും കൊളംബിലേക്കും കപ്പലുണ്ടായിരുന്നു. സ്വദേശാഭിമാനി ചിദംബരംപിള്ള കൊളംബിലേക്ക് സ്വദേശി

കപ്പലോട്ടം നടത്തുകയും സ്വദേശിയർ അതൊരു ഉത്സവം പോലെ ആഘോഷിക്കയും ചെയ്തു. അങ്ങിനെ തൂത്തുകുടി കൊളംബ് സർവീസ് ഇംഗ്ലീഷുകാർക്ക് നഷ്ടമാവുകയും ചെയ്തു. അന്നത്തെ തിരുനെൽവേലി കളക്ടറും മജിസ്ട്രേറ്റുമായിരുന്ന അയർലണ്ടുകാരൻ റോബർട്ട് മാർട്ടിനും അനുയായികളും ഗൂഢാലോചന നടത്തി സ്വദേശി ചിദംബരംപിള്ളയെ അറസ്റ്റു ചെയ്തു ജയിലിലടച്ചു. മത്രമല്ല, കപ്പൽ കണ്ടുകെട്ടുകയും ചെയ്തു. പിന്നീട് ചിദംബരത്തെ തൂക്കിലേറ്റി. ഇതിനെതിരെ പ്രതികരിച്ച മൂവായിരത്തോളം യുവാക്കൾ ബ്രിട്ടീഷ് ആധിപത്യത്തിനെതിരെ ഫ്രഞ്ചു പ്രവിശ്യയായിരുന്ന പോണ്ടിച്ചേരിയിൽ രഹസ്യമായി കൂടുകയും ബ്രിട്ടനിൽ നിന്നുതന്നെ കടത്തിയ തോക്കുകൾ ഉപയോഗിക്കുവാൻ രഹസ്യമായി പരിശീലനം തുടങ്ങുകയും ചെയ്തു. ഈ അവസരത്തിലാണ് ഇംഗ്ലണ്ടിലെ ജോർജ് അഞ്ചാമൻ ഇന്ത്യയുടെ ചക്രവർത്തിയായി സ്ഥാനമേൽക്കാൻ പോകുന്നു എന്ന വാർത്ത പരന്നത്. അതിനായി ഡിസംബറിൽ ഡൽഹിയിൽ ഒരു ദർബാർ കൂടുന്നു എന്ന പ്രഖ്യാപനവുമുണ്ടായി. അതു മുതലെടുക്കുവാൻ തന്നെ ചെറുപ്പക്കാരായ സ്വാതന്ത്യേച്ഛുക്കൾ തീരുമാനമെടുത്തു.

1

വെളിച്ചം പരക്കുന്നു.

(അഞ്ചാറ് ചുറുചുറുക്കുള്ള ചെറുപ്പക്കാർ എന്തിനും പോന്ന ആത്മ ധൈര്യത്തോടെ ഒരു രഹസ്യയോഗം കൂടുകയാണ്. സൂത്രധാരനായ വി.എസ്. അയ്യർ, വഞ്ചിനാഥഅയ്യർ, ശങ്കരഅയ്യർ, മാടസ്വാമി, മു ത്തുസ്വാമി, മതുമുത്തു തുടങ്ങിയവരെ നമുക്കു കാണാം).

എല്ലാവരും കൈകൾ നീട്ടപ്പിടിച്ച് സത്യവാചകം ചൊല്ലുന്നു.

വന്ദേ മാതരം...

ഭാരത് മാതാ കീ ജയ്...

ഇൻക്വിലാബ് സിന്ദാബാദ്...

വന്ദേ മാതരം...

വി.വി.എസ്. അയ്യർ: കഴിഞ്ഞ ദിവസം നമ്മൾ കൂടിതീരുമാനിച്ചതു കൂടാതെ മറ്റൊരു പ്രധാന കാര്യം കൂടി ഇന്നലെ രാത്രി സുബ്രഹ്മണ്യഭാരതി ഒരു ദൂതൻ വഴി അറിയിച്ചിട്ടുണ്ട്. അതുകൂടി ആലോചിക്കണം.

വഞ്ചിനാഥ അയ്യർ: നമ്മൾ തീരുമാനിച്ചുറച്ച കാര്യത്തിന് നെല്ലിട വ്യത്യാസമില്ല.

മാടസ്വാമി: അതെ, ആ തീരുമാനത്തിനു മാറ്റല്ല്യ. ചോരയ്ക്ക് ചോര. ഇൻക്വിലാബ് സിന്ദാബാദ്.

ഇൻക്വിലാബ് സിന്ദാബാദ്.

(എല്ലാവരും ഏറ്റുചൊല്ലുന്നു).

വി.വി.എസ്. അയ്യർ: അതുമായി ബന്ധപ്പെട്ടതു തന്നെയാ കാര്യം. സായിപ്പൻമാർ അതിബുദ്ധി കാണിച്ച്ശിരിക്കണൂ. തിരു നെൽവേലി കളക്ടർ റോബർട്ട് മാർട്ടിനെ തിരികെ വി ളിച്ചിരിക്കണൂ..

വഞ്ചിനാഥ അയ്യർ: ഛെ.. അയാൾ രക്ഷപ്പെട്ടു. ങ്ഹും.. എന്നാലും നമ്മുടെ തീരുമാനത്തിൽ മാറ്റം വേണ്ട.

മാടസ്വാമി: അതെ

വി.വി.എസ്. അയ്യർ: റോബർട്ട് ആഷേ എന്ന അയർലണ്ടുകാരനാണത്രെ പുതിയ കളക്ടർ.

വഞ്ചിനാഥ അയ്യർ: അയാളുടെ വിധി. അല്ലാതെന്താ..?

വി.വി.എസ്. അയ്യർ: മാത്രമല്ല, സ്റ്റേറ്റു കോൺഗ്രസ്സിനുള്ളിൽ ചില മുറുമുറുപ്പുകളൊക്കെ തുടങ്ങീരിക്ക്ണൂത്രെ. ഒരു കൂട്ടർ കോൺഗ്രസ്സ് സോഷ്യലിസ്റ്റ് എന്നൊരു സംഘടനയ്ക്കു രൂപം നൽകാനുള്ള ശ്രമാണത്രെ. പോരാത്തതിന്, ഉത്തര ഭാരതത്തിലെ ബംഗാളിൽ ഉണ്ടായതു പോലുള്ള ഒരു സംഘടന തെക്കോട്ടും പടരാൻ സാധ്യതയുണ്ടെന്നാ കേൾവി.

വഞ്ചിനാഥ അയ്യർ: അതു ഞാനും കേട്ടിരുന്നു.

വി.വി.എസ്. അയ്യർ: നമുക്കത് ഗുണത്തേക്കാൾ ദോഷം ചെയ്യും.

വഞ്ചിനാഥ അയ്യർ: അതെങ്ങനെ? നമ്മുടെ ചിന്താഗതികളും ഏതാണ്ടൊക്കെ ആ വഴിക്കല്ലേ?

വി.വി.എസ്. അയ്യർ: അല്ലാന്നു പറയുന്നില്ല. അതാണ് ദോഷം ചെയ്യുമെന്നു പറഞ്ഞത്.

വഞ്ചിനാഥ അയ്യർ: തെറ്റിധാരണകൾ ഏറെയുണ്ടാവാൻ സാധ്യതയുണ്ട്. അവർ ഒരു പ്രത്യയ ശാസ്ത്രം പിന്തുടരുന്നവരാണ്. നമുക്ക് ഒരേ ഒരു ശത്രുവേയുള്ളൂ. വൈദേശിക ശക്തികൾ. കച്ചവടത്തിന് വന്നവർ രാജ്യം കയ്യടക്കി നമ്മുടെ മാതൃഭൂമിയെ അടിമരാജ്യമാക്കി. കൊളോണിയലിസം തകർത്ത് ഭാരതത്തെ സ്വതന്ത്രമാക്കണം.

മാടസ്വാമി: അവരും അതു ആഗ്രഹിക്കുന്നില്ലേ?

വി.വി.എസ്. അയ്യർ: കോൺഗ്രസ്സിന്റേതു പോലുള്ള സമഗ്രമായ ഒരു പ്രവർത്തനശൈലിയല്ല അവരുടേത്. ഇവിടുത്തെ ജൻമിത്തവും അവരുടെ ശത്രുക്കളാണ്. അതു നമുക്ക് പിന്നീടാലോചിക്കാം.. ഇപ്പോൾ വിഷയത്തിലേക്ക് വരാം.

മാടസ്വാമി: അതെ.. പറയൂ

വി.വി.എസ്. അയ്യർ: ഇംഗ്ലണ്ടിന്റെ ചക്രവർത്തി ജോർജ് അഞ്ചാമൻ ഇന്ത്യയുടെ കൂടി ചക്രവർത്തിയായി അഭിഷിക്തനാകുവാൻ പോകുന്നു. അതിനായി ഡിസംബർ മാസത്തിൽ ഒരു ദർബാർ ഡൽഹിയിൽ വിളിച്ചു കൂട്ടുമത്രേ.

വഞ്ചിനാഥ അയ്യർ: അപ്പോൾ എല്ലാ പ്രാന്തങ്ങളിലെയും ഗവർണർമാരേയും കളക്ടർ മജിസ്ട്രേറ്റുമാരേയും ഡൽഹിക്ക് വിളിപ്പിക്കുമല്ലോ?

വി.വി.എസ്. അയ്യർ: അതെ, തീർച്ചയായും

മാടസ്വാമി: അതു നമുക്ക് ഉപകാരമാകും.

വഞ്ചിനാഥ അയ്യർ: അതു തന്നെയാണ് നമുക്കു പറ്റിയ സമയം. ഇത്രയും നല്ല ഒരു സന്ദർഭം ഇനി നമുക്ക് കിട്ടിയെന്നു വരില്ല. ചിദംബരണ്ണനോട് ചെയ്ത ചതിക്ക് പകരം വീട്ടാൻ, ആ ക്രൂരതയ്ക്കെതിരെ പ്രതികരിക്കാൻ കിട്ടുന്ന അസുലഭ സന്ദർഭം.

വി.വി.എസ്. അയ്യർ: നമ്മൾ കരുതലോടെ വേണം മുന്നോട്ടു നീങ്ങാൻ. ഒരു തലനാരിഴയ്ക്കു തെറ്റിയാൽ എല്ലാം തകിടം മറിയും.

മാടസ്വാമി: അതെ. എന്റെ അഭിപ്രായവും അതു തന്നെയാണ്

(എല്ലാവരും ആ അഭിപ്രായത്തോട് യോജിക്കുന്നു)

വി.വി.എസ്. അയ്യർ: ഇനി... ആര്..? എപ്പോൾ..? എന്നുമാത്രം തീരുമാനിച്ചാൽ മതി.

വഞ്ചിനാഥ അയ്യർ: അതെ. നമ്മുടെ തയ്യാറെടുപ്പുകൾ ഒന്നുകൂടി വിലയിരുത്തണം. മാത്രമല്ല, ഈ അടുത്തായി കൂട്ടരുടെ മനോവീര്യത്തിന് സാരമായ വീഴ്ച സംഭവിച്ചിട്ടുണ്ടോ എന്നൊരു ആധി ഇല്ല്യാതില്ല.

മാടസ്വാമി: ഇല്ല. ഒരിക്കലുമില്ല. ഒന്നിനൊന്നു ഏറിവരുന്നതേയുള്ളൂ. നമ്മുടെ ആൾക്കാൾ എല്ലാം തന്നെ നല്ല നിശ്ചയദാർഢ്യവും ലക്ഷ്യബോധവും ഉള്ളവരാണ് വഞ്ചീ.

വഞ്ചിനാഥ അയ്യർ: അതാണ് ആവശ്യം. ഒന്നുകിൽ സ്വാതന്ത്ര്യം, അല്ലെങ്കിൽ മരണം. ബ്രിട്ടീഷ് കപ്പലോട്ടത്തിന് ബദ

ലായി സ്വദേശികളെ കൊളംബിലെത്തിക്കാനായിരുന്നു അണ്ണൻ സ്വദേശി കപ്പലോട്ടത്തിന് തുടക്കമിട്ടത്. ദുര മൂത്തസായിപ്പൻമാർ കപ്പൽ കണ്ടുകെട്ടുക മാത്രമല്ല അണ്ണനെ തുറുങ്കിലടച്ച് വധിക്കുക കൂടി ചെയ്തു.

മാടസ്വാമി: ചിദംബരംപിള്ളയണ്ണൻ അമരനാണ് വഞ്ചീ. ചരിത്രത്തിൽ അദ്ദേഹം മരണമില്ലാത്തവരുടെ ഗണത്തിൽ ഉയർന്നുനിൽക്കും.

വി.വി.എസ്. അയ്യർ: അതിനു നാം പ്രതികരിച്ചേ പറ്റൂ. അണ്ണനെപ്പോലെ എത്രയെത്ര നിരപരാധികളെയാണ് ഈ കാപാലികർ കൊന്നൊടുക്കിയത്.

വഞ്ചിനാഥ അയ്യർ: തൂത്തുകുടി തുറമുഖത്തു നിന്നും കൊളംബിലേക്കുള്ള ആ സ്വദേശി കപ്പലോട്ടം ഇവിടുത്തെ സാധാരണക്കാരനൊരു അനുഗ്രഹമായിരുന്നു. അതല്ലേ തകർത്ത് തരിപ്പണമാക്കിയത്. മാത്രമോ, സ്വാതന്ത്ര്യസമരസേനാനികളുടെ മനോവീര്യം നശിപ്പിക്കാനുള്ള ശ്രമമല്ലായിരുന്നോ..?

മാടസ്വാമി: ഇല്ല, ഒന്നു മരിച്ചാൽ ഒൻപതു ജനിക്കും.

വി.വി.എസ്. അയ്യർ: ങ്അ.. പിന്നെ നമ്മുടെ പ്രവർത്തനങ്ങൾക്ക് സുഭാഷ് ചന്ദ്രബോസ് ഐക്യദാർഢ്യം പ്രഖ്യാപിച്ചിട്ടുണ്ട്.

വഞ്ചിനാഥ അയ്യർ: അതു നന്നായി. നേതാജിയുടേതു പോലൊരു മഹാപ്രസ്ഥാനം നമുക്ക് ആവേശം പകരുന്നത് എന്തുകൊണ്ടും നല്ലതാണ്.

വി.വി.എസ്. അയ്യർ: നമുക്കിനി കളയുവാൻ സമയമില്ല. നമ്മുടെ തീരുമാനം ആരു നടപ്പിലാക്കും... എപ്പോൾ നടത്തും ?

വഞ്ചിനാഥ അയ്യർ: ഞാൻ നടപ്പാക്കും.

മാടസ്വാമി: ഞാൻ സഹായത്തിനുണ്ടാവും.

വി.വി.എസ്. അയ്യർ: അങ്ങിനെയാകട്ടെ. തിരുനെൽവേലിയിൽ നിന്നും പുറപ്പെടുന്ന തീവണ്ടി മാണിച്ചേരി എന്ന ചെറിയ സ്റ്റേഷനിൽ തപാൽ ഉരുപ്പടികൾ കയറ്റാനായി നിർത്തും. അവിടെ യാത്രക്കാർ തുലോം കുറവാണ്. പിന്നെ മാണിച്ചേരിയും പരിസരപ്രദേശവുമെല്ലാം വഞ്ചി

ക്ക് നല്ല നിശ്ചയമാണല്ലോ

വഞ്ചിനാഥ അയ്യർ: തീർച്ചയായും. സമയം മാത്രം അനുകൂലമായാൽ മതി. അത് ഭാരതിയുടെ വിശ്വസ്തർ നമ്മെ അറിയിക്കും.

ചൂടാറും മുൻപ് നടന്നാൽ അത്രയ്ക്കും നന്ന്

മാടസ്വാമി: അതാണ് എന്റെയും പക്ഷം. ഒരു മാത്രയെങ്കിൽ ഒരു മാത്ര മുമ്പെ വെള്ളക്കാരെ കെട്ടുകെട്ടിക്കണം.

വി.വി.എസ്. അയ്യർ: അതിനുള്ള ശ്രമങ്ങളാണല്ലോ നാടുനീളെ നടക്കുന്നത്? ങ്അ, ഇന്നത്തെ തീരുമാനങ്ങൾ ഇവിടെ നിർത്താം. എന്ന്, എപ്പോൾ, എങ്ങിനെ.. എന്നെല്ലാം സമയമാകുമ്പോൾ അറിയിച്ചുകൊള്ളാം.

ഭാരത് മാതാ കീ ജയ്..

ഇൻക്വിലാബ് സിന്ദാബാദ്

വന്ദേ മാതരം

(പ്രകാശം പൊലിയുന്നു)

2

വെളിച്ചം ഉണരുന്നു.

കോടതിമുറി.

രണ്ട് സായിപ്പു ജഡ്ജിമാരും ഒരു മലയാളി ജഡ്ജിയും ഉൾപ്പെട്ട മൂന്നംഗ ബെഞ്ച്. പ്രതിക്കൂട്ടിൽ വി.എസ്.എസ്. അയ്യർ. കാഴ്ചക്കാരും വക്കീലൻമാരും. കേസ് വിസ്താരം കഴിഞ്ഞ് വിധി കേൾക്കാനുള്ള കാത്തിരിപ്പ്. വളരെ പ്രമാദമായ കേസായിരുന്നു, വിധി എന്താവും.. എന്നും മറ്റുമുള്ള ചില സംസാരങ്ങളുടെ ചെറിയ ബഹളം.

ജഡ്ജ് 1: ഓർഡർ.. ഓർഡർ...

ഞങ്ങൾ അഭിമുഖീകരിച്ച വളരെ പ്രമാദമായ ഒരു കേസാണിത്.

ജഡ്ജ് 2: പ്രധാനമായും കേസിലെ ഒന്നാം പ്രതി എന്നു പറയുന്ന ശ്രീമാൻ വഞ്ചിനാഥ അയ്യർ കൃത്യം നടന്ന സ്ഥലത്തു വെച്ച് തൽസമയം എടുത്ത ദുരൂഹമായ നിലപാട് കോടതിയെ അത്ഭുതപ്പെടുത്തി.

ജഡ്ജ് 1: മാത്രമല്ല, കൂട്ടുപ്രതി സ്ഥാനത്തുള്ള കേസിലെ രണ്ടാം പ്രതിയായ ശ്രീമാൻ മാടസ്വാമിയെക്കുറിച്ച് ഇപ്പോഴും പോലീസിനോ പ്രൊസിക്യൂഷനോ ഒരറിവുമില്ല.

ജഡ്ജ് 2: പതിനാല് പ്രതികളിൽ ബാക്കിയുള്ളവരിൽ ഒരാൾ ജയിലിൽ വെച്ച് വിഷം കഴിച്ച് ആത്മഹത്യ ചെയ്തു. മറ്റൊരാൾ സ്വയം കഴുത്തറുത്ത് മരണം വരിച്ചു.

ജഡ്ജ് 1: ഈ സംഭവങ്ങളെല്ലാം തന്നെ ഈ കേസിനെ വളരെയധികം സങ്കീർണ്ണതയിലേക്ക് നയിച്ച പ്രശ്നങ്ങളാണ്. പ്രധാനമായും കൃത്യസമയത്ത് സ്ഥലത്തുണ്ടായിരുന്ന രണ്ടാം പ്രതിയുടെ തിരോധാനം.

ജഡ്ജ് 2: മാത്രമല്ല, ഇതുപോലൊരു സംഭവം ദക്ഷിണേന്ത്യയിൽ ഇതു മാത്രമാണ്. ഉന്നത പദവിയിലുള്ള ഒരു ബ്രിട്ടീഷ് ഉദ്യോഗസ്ഥനെ പ്രകോപനമില്ലാതെ ദാരുണം വധിക്കുന്നത്. എല്ലാംകൊണ്ടും വളരെ വിഷമവും വിചിത്രവുമായ ഒരു കേസായിരുന്നു. എന്തായാലും നിയമം നടപ്പാക്കിയേ തീരൂ..

വി.വി.എസ് അയ്യർ: നിയമം... അതുണ്ടാക്കുന്നതും നടപ്പാക്കുന്നതും നിങ്ങൾ തന്നെയല്ല? ഞങ്ങൾക്കതിൽ വിശ്വാസമില്ല, യോജിപ്പുമില്ല.

ജഡ്ജ് 1: ഞങ്ങളുടെ അന്തിമവിധിയുടെ ഉത്തരവ് ജഡ്ജി ചേറ്റൂർ ശങ്കരൻനായർ പ്രഖ്യാപിക്കും.

ജഡ്ജ് ചേറ്റൂർ ശങ്കരൻ നായർ: മേൽപ്രസ്താവിച്ച പോലെ, വിചാരണവേളയിൽ വളരെ വിഷമം പിടിച്ച ഒന്നായിരുന്നു ഈ കേസ്ഫയൽ. ഇന്ത്യാചരിത്രത്തിൽ ആദ്യമായാണ് ഒരു ബ്രിട്ടീഷ് അധികാരി ദക്ഷിണേന്ത്യയിൽ ഇങ്ങിനെ കൊല്ലപ്പെടുന്നത്. അതുകൊണ്ടു തന്നെ ഉന്നതരായ ബ്രീട്ടീഷ് മേധാവികളുടെ സൂക്ഷ്മനിരീക്ഷണം ഈ കേസുമായി ബന്ധപ്പെട്ട് ഉണ്ടായിരുന്നു.

ഇനി കോടതി ഉത്തരവിന്റെ സംക്ഷിപ്ത രൂപം ഞാൻ വായിക്കാം:

കൃത്യകർമ്മത്തിൽ നേരിട്ടു പങ്കെടുത്തു എന്നു സംശയിക്കപ്പെട്ട പ്രതികളുടെ മേലുള്ള പ്രസ്തുത ആരോപണം സംശയലേശമന്യേ തെളിയിക്കാൻ പ്രൊസിക്യൂഷനോ പോലീസിനോ കഴിഞ്ഞിട്ടില്ല. വഞ്ചിനാഥ അയ്യർക്കെതിരായ കൊലപാതക കുറ്റവും നിയമപരമായി തെളിയിക്കാൻ ബന്ധപ്പെട്ട അധികാരികൾക്കായില്ല. ആയതിനാൽ ഇപ്പോൾ ജീവിച്ചിരിക്കുന്ന പ്രതികളെന്നു സംശയിക്കപ്പെട്ട മറ്റുവൻ പേരെയും മറ്റുള്ളവരേയും കുറ്റവിമുക്തരാക്കി വെറുതെ വിടുവാൻ ഈ കോടതി ഉത്തരവിടുന്നു.

സദസ്സിൽ നിന്നും ആരവങ്ങളും

ഭാരത് മാതാ കീ ജയ്...

ഇൻക്വിലാബ് സിന്ദാബാദ്, മഹാത്മാഗാന്ധി സിന്ദാബാദ്,

വി.എസ്സ്. അയ്യർ സിന്ദാബാദ്, വന്ദേ മാതരം...

എന്നിങ്ങനെയുള്ള ശബ്ദങ്ങൾ ഉയർന്നു താഴുന്നതോടൊപ്പം...

ഇരുട്ട്

3

വഞ്ചിനാട്ടിലെ (തിരുവിതാംകൂർ)
കുലീനമായ ഒരു അയ്യർ ഗൃഹത്തിന്റെ പൂമുഖം.

രംഗം ശൂന്യം. അല്പം കഴിയുമ്പോൾ പുറത്തുനിന്ന് രഘുപതി അയ്യർ പ്രവേശിക്കുന്നു. ഇദ്ദേഹം വഞ്ചിനാഥ അയ്യരുടെ അച്ഛനാണ്. കൈയിൽ ഉണ്ടായിരുന്ന കാലൻകുട തിണ്ണയുടെ മൂലയിൽ വെച്ച് വരാന്തയിൽ ഇരുന്ന കിണ്ടിയിൽ നിന്നും വെള്ളമൊഴിച്ച് കാൽകഴുകുന്നു. ശേഷം, കിണ്ടിവാലിലൂടെ ഒരു കവിൾ വെള്ളമെടുത്ത് കുപ്ളിച്ച് പുറത്തേക്ക് നീട്ടിത്തുപ്പുന്നു. ഇത്രയുമായപ്പോൾ പുറത്തു നിന്നുള്ള ശബ്ദം കേട്ടിട്ടെന്നോണം അദ്ദേഹത്തിന്റെ ഭാര്യ തങ്കമണിക്കുഞ്ഞമ്മ അകത്തുനിന്നും പ്രവേശിക്കുന്നു.

രഘു: ഹോ, എന്തൊരു ചൂടാ.. മഴക്കാലം വരാറായി. എന്നിട്ടും ഉഷ്ണത്തിനൊരു ശമനവുമില്ലല്ലോ ശ്രീ പദ്മനാഭാ. (ഭാര്യയോടായി) ങ്‌അ... തങ്കം സ്വല്പം സംഭാരം ഇങ്ങെടുത്തോള്വാ..

(അയാൾ അകത്തേക്ക് നടക്കാനായുമ്പോൾ തോളിൽ കിടന്ന രണ്ടാംമുണ്ടെടുത്ത് കുടഞ്ഞ് ഭാര്യയെ ഏൽപ്പിച്ച്)

രഘു: ഇന്ന് പുറംപണിക്ക് ചേന്ദൻ വന്നില്ല്യാന്ന്ണ്ടോ?

തങ്ക: ഇല്ല്യ. വന്നില്ല്യ.

രഘു: ങ്‌അ. ഇപ്പൊ കാലം മാറി. പണ്ടൊക്കെ തറവാട്ടിൽ ആളൊഴിഞ്ഞ നേരം ഇണ്ടായിട്ട്ല്ല്യ. ഇപ്പഴോ..? പണിക്കായി ആൾക്കാരെ വിളിച്ചു നടക്കേണ്ട ഗതികേടായി. കഷ്ടകാലം. (ഒന്നു നിശ്വസിച്ച്)

രണ്ട്നാള് കഴിഞ്ഞാ മഴയിങ്ങെത്തും. അതിനുമുമ്പ് തെങ്ങിനൊക്കെ തടമെടുത്തില്ല്യാച്ചാൽ മഴവെള്ളം നഷ്ടാവും.

(ഭാര്യയോടായി) വഞ്ചിയെ വിട്ട് അവനെ വിളിപ്പിക്കാര്ന്നില്ല്യേ..?

തങ്ക: വഞ്ചി രാവിലെ നിങ്ങള് പോയ പുറകെ പോയതാ. ഗ്രന്ഥശാലായോഗമെന്നോ എന്തൊക്കെയോ പറഞ്ഞൂ. ശരിക്ക് ഊണൂല്ല്യ... ഒറക്കോംല്ല്യ കുട്ടിക്ക്.

രഘു: ങ്അ. ഇനി അധിക ദിവസമില്ലല്ലോ പരീക്ഷാഫലത്തിന്. പിന്നെ അവൻ മേൽപഠിപ്പിന് പോക്വല്ലേ? കൊറച്ചൊക്കെ നാട്ടുകാര്യങ്ങള് കൂടി അറിഞ്ഞു പഠിച്ച് വളരട്ടെ.

തങ്ക: അച്ഛന്റെയല്ലേ മോൻ.

(അകത്തേക്ക് നീങ്ങുന്നു. അല്പം കഴിഞ്ഞ് സംഭാരവുമായി തിരികെ വന്ന് അയാൾ കുടിച്ചതിന് ശേഷം പാത്രം വാങ്ങി വീണ്ടും അകത്തേക്കു തന്നെ പോകുന്നു. അയ്യർ ഇരിക്കാൻ തുനിയുമ്പോൾ പുറത്തുനിന്നും വേലുക്കുട്ടിപ്പിള്ള കൈയിൽ ഒരു പ്രമാണവുമായി കടന്നു വരുന്നു)

രഘു: ങ്അ, പിള്ളച്ചേട്ടനോ? ഞാൻ വെയിലാറീട്ട് അങ്ങോട്ടെറങ്ങാംന്ന് കര്തീരിക്ക്യാരുന്നു.

വേലു: ഇറങ്ങാലോ.. ഞാൻ ആപ്പീസീന്നാ. ചില അത്യാവശ്യ പ്രമാണങ്ങളിൽ അയ്യരുടെ കൈയ്യൊപ്പ് വേണം. പ്രധാനപ്പെട്ട ചില രേഖകളുടെ പരാമർശമാണ്.

മഹാരാജാവ് തിരുമനസ്സുകൊണ്ട് ആവശ്യപ്പെട്ടതാണത്രേ.

രഘു: കുറച്ച് ദിവസങ്ങൾക്ക് മുമ്പ് ദിവാൻ പേഷ്ക്കാർ നമ്മോടത് സൂചിപ്പിച്ചിരുന്നു. സാവകാശം മതീന്നാ അപ്പൊ പറഞ്ഞത്. വലിയമ്പലം വക പാട്ടനിലങ്ങളുടെ വിവരങ്ങളല്ലേ? കിട്ടാവുന്നത്ര രേഖകളും വിവരങ്ങ

ളും ശേഖരിച്ച് വെച്ചിട്ട്ണ്ട്.

വേലു: അതെ. അതിന്റെ പകർപ്പാണിത്.

(കൊടുക്കുന്നു. അയ്യർ നിവൃത്തി നോക്കി പരിശോധിച്ച് പിള്ള കൊടുത്ത പേന കൊണ്ട് ഒപ്പിട്ട് തിരികെ കൊടുക്കുന്നു)

വേലു: പള്ളിക്കാരുടെ കൈവശാവകാശം പറഞ്ഞ് വെച്ചിരിക്കണ നിലത്തിന്റെ കൂടി ചേർത്തിട്ടുണ്ട്.

രഘു: ആയ്ക്കോട്ടെ.. തിരുവിതാംകൂർ ദേവസ്വത്തിന് കണക്കിൽ കവിഞ്ഞ സ്വത്തുക്കളുണ്ടെന്നല്ലേ രേഖകൾ. അന്വേഷിച്ചിറങ്ങുമ്പോഴല്ലേ തേവരുപോലും പട്ടിണിയിലാണെന്നറിയുന്നത്. പാട്ടക്കാരന്റെ കനിവും പ്രതീക്ഷിച്ച്.

ങ്അ. മഹരാജാവ് തിരുമനസ്സ് അവിടുത്തെ ഹിതം പോലെ ചെയ്യട്ടെ. നമുക്ക് രേഖകൾ എത്തിച്ചുകൊടുക്കാം, അത്രതന്നെ.

വേലു: അതെ.

രഘു: ഞാൻ തിരുവിതാംകൂർ ദേവസ്വത്തിലിരിക്കുന്നിടത്തോളം കാലം ദേവന്റെ മുതൽ കട്ടുനശിപ്പിക്കാൻ അനുവദിക്കില്ല്യ പിള്ളച്ചേട്ടാ... ഏത് പേഷ്കാരു വന്നാലും, ങ്ഹാ.

വേലു: മഹാരാജാവു തിരുമനസ്സുകൊണ്ട് പണ്ടാരവക ഭൂമി കൂടി പിടിച്ചെടുക്കാൻ ഉത്തരവെറക്കീട്ട്ണ്ടല്ലോ. അതിന്റെ പിൻബലം മതി നമുക്ക് തിരിച്ചു പിടിക്കാൻ.

രഘു: വരട്ടെ. ഇതിന്റെ മറുപടി കിട്ടട്ടെ. വേണമെങ്കിൽ പൊന്നുതമ്പുരാനെ മുഖം കാണിക്കാനും ഒരു ശ്രമം നടത്താം, ന്താ?

വേലു: അതു വരട്ടെ. ഞാൻ മറ്റൊരു കാര്യം കൂടി അറിഞ്ഞു.

സ്റ്റേറ്റ് കോൺഗ്രസ്സിനെ പ്രതിനിധീകരിച്ച് അയ്യരാണ് മദിരാശിക്ക് പോണതെന്ന്. അത് ശര്യാണോ?

രഘു: ഞാനും കേട്ടു. തീർച്ച അറീല്ല്യ.

പരോക്ഷമായി പൊന്നുതമ്പുരാനതിൽ താല്പര്യമുണ്ടെന്നും കേട്ടു. ബ്രിട്ടീഷ് മേധാവികളുടെ നിയന്ത്രണം വി

ട്ടുള്ള ചില പ്രവർത്തനങ്ങളാണ് കാരണം. ചില അനാവശ്യ കരങ്ങളൊക്കെ സാധാരണക്കാരനെ അടിച്ചേൽപ്പിക്കുന്ന തരത്തിൽ ചില നിയമങ്ങളൊക്കെ കരാറിൽ എഴുതിച്ചേർത്തൂത്രേ..

വേലു: അല്ലെങ്കിലും തിരുവിതാംകൂർ രാജാക്കൻമാർ പ്രജാക്ഷേമ തൽപ്പരരായിരുന്നല്ലോ?

അപ്പൊ സംഗതി ശരിയാ.. ആദ്യം ഞാനൊന്നു സംശയിച്ചു. അയ്യർ ഒരു സർക്കാർ ഉദ്യോഗസ്ഥനല്ലേ, സ്റ്റേറ്റുകോൺഗ്രസ്സ് രാജഭരണത്തിനും എതിരല്ലേ? എന്നിട്ടും...?

രഘു: മറ്റു സ്ഥലങ്ങളിലെപ്പോലെയല്ല പിള്ളച്ചേട്ടാ തിരുവിതാംകൂർ രാജാക്കൻമാർ.

അതുകൊണ്ടു തന്നെ സ്റ്റേറ്റു കോൺഗ്രസ്സ് അത്രയ്ക്കു കടുംപിടുത്തം പിടിക്കുന്നില്ല. എന്നാൽ മറ്റുചില സംഘടനകൾ ബംഗാളിലും മറ്റും ഉദയം ചെയ്തിട്ട്ണ്ട്. അവരുടെ ചില ഗൂഢപ്രവർത്തനങ്ങൾ രഹസ്യമായി ഇവിടെയും തുടങ്ങീരിക്കണൂന്നാണ് അറിവ്.

വേലു: സംഘടിതമായി പ്രവർത്തിച്ചാലേ ഫലമുണ്ടാവൂ. അല്ലാതെ അല്ലറ ചില്ലറ വിപ്ളവങ്ങൾ നടത്തിയാലൊന്നും സായിപ്പൻമാർ കുലുങ്ങില്ല. (എണീറ്റ്) ങ്അ, എന്നാ ഞാനങ്ങോട്ട് ഇറങ്ങാം..

രഘു: ഹോ... പിള്ളച്ചേട്ടാ, വന്നിട്ടിത്ര നേരായി. സംസാരത്തിനെടേല് കൊറച്ച് സംഭാരം തരണംന്നു പോലും ഓർത്തില്ല്യ. വെയിലത്ത്ന്ന് വന്നതല്ലേ..?

വേലു: അതിനെന്താ.. *(അകത്തെ വാതിലിലേക്ക് നോക്കി)* ദേ.. അതൊക്കെ അറിഞ്ഞു ചെയ്യുന്നവര് കൂടെ ഇണ്ടല്ലോ? കണ്ടില്ല്യേ? *(ചിരി)*

(തങ്കം ഒരു പാത്രം സംഭാരം കൊണ്ടുവന്ന് പിള്ളയ്ക്കു കൊടുക്കുന്നു. കുടിച്ച് പാത്രം തിരികെ ഏൽപ്പിക്കുന്നു).

തങ്കം: സുമതിച്ചേച്ചിക്കും കുട്ട്യോൾക്കും സുഖല്ലേ?

വേലു: അതെ, എല്ലാവരും നന്നായിരിക്കണൂ. *(ധൃതിയോടെ)* എന്നാ ഞാനിനി വൈകണില്ല്യ. ഇന്നത്തെ തപാലിൽ

തന്നെ അയച്ചേക്കാം. *(പോകുന്നു)*

തങ്കം: സുമതിച്ചേച്ചിയെ കണ്ടിട്ട് ഏറെ നാളായി.

രഘു: പോയി കാണാലോ. അവരെ നമുക്ക് മറക്കാൻ പറ്റ്വോ? എത്ര രാത്രികളാ അവർ വഞ്ചിക്കു വേണ്ടി ഉറക്കമിളച്ചത്? ആരേലും ബന്ധുക്കൾ ഇതുപോലെ ചെയ്യുമോന്ന് സംശയാ..

തങ്കം: അതെയതേ. അതോർക്കുമ്പോൾ ഇപ്പോഴും ഞെട്ടൽ മാറീട്ടില്ല്യ. വർഷം എത്ര കഴിഞ്ഞു. മൂന്നുമാസം പോലുമാകാത്ത കുഞ്ഞിനല്ലേ വസൂരി പിടിച്ചത്. അമ്മ ഒരിടത്ത്, കുഞ്ഞ് ഒരിടത്ത്. ഈശ്വരാധീനം കൊണ്ടും സുമതിച്ചേച്ചീടെ നോട്ടം കൊണ്ടുമല്ലേ രക്ഷപ്പെട്ടത്.

രഘു: ങ്ഹും. അക്കാലത്ത് എത്രപേരാ ദീനപ്പെട്ട് മരിച്ചത്.

ശ്രീ പദ്മനാഭാ..... ഓർക്കാൻ കൂടി വയ്യ.

(ഭാര്യയോടായി) ങ്അ, ചലപ്പോൾ എനിക്ക് തിരുവനന്തപുരം വരെ ഒന്ന് പോകേണ്ടി വരും. കൂടെ വഞ്ചിയുടെ അഡ്മിഷന്റെ കാര്യവും ശരിയാക്കാം.

തങ്കം: ഇനിയെങ്കിലും ഈ യാത്രകളൊക്കെ ഒന്നവസാനിപ്പിച്ച് സ്വസ്ഥമായിക്കൂടേ..?

രഘു: ഞാനേയ്... തിരുവിതാംകൂർ ദേവസ്വത്തിലെ ഒരു ഉയർന്ന ഉദ്യോഗസ്ഥനാ. അടിത്തൂൺ പറ്റുന്നതു വരെ വേലയെടുക്കണം. കഴിവുള്ളിടത്തോളം സത്യസന്ധമായി നാടിനെ സേവിക്കണം.

തങ്കം: ആയിക്കോട്ടെ.. ആരു പറഞ്ഞു വേണ്ടാന്ന്? അതിനിടയ്ക്ക് ഇവിടെ രണ്ടു മനുഷ്യജീവികൾ കൂടി ഉണ്ടെന്ന് ഓർക്കണം.

രഘു: ഹയ്, എന്താപ്പോ അങ്ങനെ? ഇത്ര നാളായിട്ട് വല്ല കൊറവും സംഭവിച്ചോ?

തങ്കം: ഞാനൊന്നും പറഞ്ഞില്ലേ.... *(അകത്തേക്ക് വലിയുന്നു)*

(അയ്യർ കസേരയിലേക്ക് ചാഞ്ഞ് ആലോചനയിലാഴുമ്പോൾ പുറത്തുനിന്ന് മകൻ വഞ്ചിനാഥഅയ്യർ കടന്നുവരുന്നു. സുമുഖൻ, അരോഗദൃഢഗാത്രൻ, യുവാവ്)

രഘു: അല്ലാ, എവിടെയായിരുന്നു? എന്നാ പരീക്ഷാഫലം വരിക? അന്വേഷിച്ചോ?

വഞ്ചി: അന്വേഷിച്ചു. ഈ ആഴ്ച അവസാനമോ അടുത്ത ആഴ്ച ആദ്യമോ അറിയാം.

രഘു: ക്ലാസ്സ് ഉണ്ടാകുമല്ലോ അല്ലേ?

വഞ്ചി: വിശ്വാസമതാണ്. നല്ല രീതിയിൽ ഉത്തരമെഴുതിയിരുന്നു

രഘു: എന്താ ഇനി ഇയാളുടെ പ്ളാൻ?

വഞ്ചി: മലയാളമെടുത്ത് എം.എയ്ക്ക് ചേർന്നാൽ കൊള്ളാമെന്നുണ്ട്.

രഘു: തരക്കേടില്ല. ഞാനായിട്ടൊരു തടസ്സവുമില്ല. മാർക്ക് നല്ലതാണെങ്കിൽ ശുപാർശ വേണ്ടി വരില്ല്യ.

വഞ്ചി: ശുപാർശയിൽ അഡ്മിഷൻ വേണ്ട. മാർക്കുണ്ടാവും.

രഘു: *(എണീറ്റ് മകനെ അടിമുടി ഒന്നുനോക്കി, പിന്നെ തോളിൽ കൈവെച്ച്)*

ആകെ ക്ഷീണിച്ചുപോയല്ലോ കുട്ടാ. ആഹാരമൊന്നും ശരിക്ക് കഴിക്കുന്നില്ല, അലച്ചിലാണ് എന്നൊക്കെ അമ്മ പരിഭവം പറഞ്ഞു.

വഞ്ചി: അങ്ങിനെയൊന്നുമില്ലച്ഛാ... ഞങ്ങൾ കൂട്ടുകാരൊക്കെ ച്ചേർന്ന് ഒരു സംഘം രൂപീകരിച്ചു. അതിന്റെ പ്രവർത്തനങ്ങളുമായി കുറച്ചു തിരക്കാ.

രഘു *(ചിരിച്ച്)*: സംഘവും പ്രവർത്തനവുമെല്ലാം നല്ലതു തന്നെ. പക്ഷേ, ദേശത്തിന് അതിന്റെ ഫലമുണ്ടാവണം.

(രഘുപതി അയ്യർ അകത്തേക്ക് പോകുന്നു)

(അയ്യർ അകത്തേക്ക് പോകുന്നത് നോക്കി വഞ്ചിനാഥൻ അല്പനേരം നിന്നു. പിന്നെ എന്തോ ഓർത്തെന്ന പോലെ, ആരെയോ പ്രതീക്ഷിച്ച് പുറത്തേക്ക് നോക്കുന്നു, നടക്കുന്നു.. സുമുഖനായ സുഹൃത്ത് കടന്നു വരുന്നു. അവനെ കണ്ട വഞ്ചി അച്ഛൻ അകത്തുണ്ടെന്ന മുന്നറിയിപ്പു കൊടുത്ത് മുന്നോട്ടു ചെല്ലുന്നു.)

വഞ്ചി: അച്ഛന് ചില സൂചനകൾ കിട്ടിയോ എന്ന് സംശയം. സം

സാരത്തിൽ നിന്ന് ഊഹിച്ചതാ. എതിർപ്പൊന്നും പ്രകടിപ്പിച്ചില്ല. മറിച്ച് വാക്കുകളിൽ പ്രോത്സാഹനം തോന്നി.

സുഹൃ: എനിക്കറിയാം. രഘുപതിയദ്ദേഹത്തെപ്പോലൊരു നല്ല മനുഷ്യൻ പ്രോത്സാഹനമേ നൽകൂ. അദ്ദേഹവും സ്റ്റേറ്റ് കോൺഗ്രസ്സിന്റെ പ്രവർത്തകനല്ലേ?

വഞ്ചി: നിരക്ഷരതയാണ് നാടിന്റെ ഏറ്റവും വലിയ പ്രശ്നം. നിരക്ഷരരെ പെട്ടെന്ന് അടിമകളാക്കുവാൻ കഴിയും. പഠിച്ചു കഴിഞ്ഞാൽ കാര്യകാരണങ്ങളെ വേർതിരിച്ചറിയുവാനാകും. പിന്നെ അവരെ ചതിക്കാൻ എളുപ്പമാവില്ല.

ഇംഗ്ളീഷുകാർ മാത്രമല്ല നമ്മുടെ ശത്രുക്കൾ. ഇവിടുത്തെ മേൽക്കോയ്മക്കാരായ ജന്മികളും നമ്മുടെ ശത്രുക്കളാണ്. അതാണ് കൂടുതൽ പ്രശ്നം.

സുഹൃ: കൽക്കത്തയിൽ ഒരു സംഘം രൂപംകൊണ്ടിട്ടുണ്ടത്രേ. ജന്മിത്തത്തിനെതിരെ പൊരുതുവാൻ

വഞ്ചി: ബംഗാളിൽ മാത്രമല്ല, തെക്കോട്ടും വ്യാപിച്ചിട്ടുണ്ട്. എത്രത്തോളം വിജയമാകുമെന്ന് പറയുവാനാകില്ല. ങ്അ, ഏതായാലും അക്ഷരശാലയുടെ പ്രവർത്തനം ഈ ആഴ്ച തന്നെ തുടങ്ങണം. അടുത്തയാഴ്ച പരീക്ഷാഫലം വന്നാൽ എനിക്ക് തിരുവനന്തപുരത്തേക്ക് പോകേണ്ടിവരും. എന്നാലും ഞാനെപ്പോഴും നിങ്ങളോടൊപ്പം ഉണ്ടാവും.

സുഹൃ: വഞ്ചിയുടെ പിൻബലത്തിലാ ഞങ്ങളെല്ലാം ഇറങ്ങിത്തിരിച്ചത്.

വഞ്ചി: അതിനൊരു മാറ്റവുമില്ല സുഹൃത്തേ. നാളെ കഴിഞ്ഞുള്ള സമ്മേളനം ഇവിടുത്തെ ഇടപ്രഭുക്കന്മാരെ ഒന്നിളക്കും, സംശയമില്ല.

സുഹൃ: ശത്രുക്കളുടെ എണ്ണം കൂടും.

വഞ്ചി: അപ്പോൾ പ്രവർത്തനവീര്യം കൂടും. കൈപ്പിടിയിൽ ഒതുക്കി ഊതിവീർപ്പിക്കുന്ന ബലൂൺ പോലെ കൈവിരലുകളെ അതു വിടർത്തും. വിടർത്തിയേ തീരൂ.

സുഹൃ: എന്നാൽ ഞാനിറങ്ങട്ടെ. നമുക്ക് പിന്നെ കാണാം. മറ്റുള്ളവരെ കൂടി കണ്ട് നാളെ കഴിഞ്ഞുള്ള സമ്മേള നത്തിന്റെ മറ്റു ചില കാര്യങ്ങൾ കൂടി സംഘടിപ്പിക്ക ണം. ങ്അ.. പിന്നെ വഞ്ചിയുടെ പ്രസംഗം തകർക്ക ണം.

വഞ്ചി: സാക്ഷരതയായിരിക്കുമല്ലോ വിഷയം.

സുഹൃ: കൂടെ ഭാരതീയ സ്വാതന്ത്ര്യം നിഴലിച്ചു നില്ക്കണം.

വഞ്ചി: അതുപിന്നെ പറയണോ? ഗോഖലെ പറഞ്ഞ പോലെ സ്വാതന്ത്ര്യം ജൻമാവകാശമാണ്. അതു എന്തു വില കൊടുക്കേണ്ടി വന്നാലും നമ്മൾ സ്വായത്തമാക്കും.

സുഹൃ: ഉത്തരേന്ത്യയിലേതുപോലെ ശക്തമല്ല നമ്മുടേത്.

വഞ്ചി: എന്നു പറയാനാകില്ല. അവിടുള്ള അവസ്ഥയല്ല ഇവി ടുത്തേത്. ഉത്തരേന്ത്യൻ രാജാക്കൻമാരേയോ പ്രഭുക്ക ളേയോ പോലെയല്ല നമ്മുടെ ഭരണകർത്താക്കൾ.

അവർ സ്വയത്തേക്കാളും പ്രജാക്ഷേമതല്പരരാണ്.

സുഹൃ: അതെ. ഭാരതത്തിന്റെ മറ്റു ഭാഗങ്ങളിൽ ഉണ്ടാകുന്നതി ന് മുൻപ് ഇവിടെ ഹുജൂർ കച്ചേരികളും നികുതി പിരി ക്കലുമൊക്കെ നടപ്പാക്കിയിരുന്നു.

വഞ്ചി: ഇന്ന് സ്വതന്ത്ര്യദാഹം ദേശമാകെ ആഞ്ഞടിക്കയാ ണ്. ഗാന്ധിജിയുടെ നേതൃത്വത്തെ ദേശമാകെ മന സ്സാ ഏറ്റെടുത്തുകഴിഞ്ഞു സുഹൃത്തേ. ഇനി പരദേ ശികൾക്കിവിടെ അധികസമയമില്ല.

സുഹൃ: ങ്അ. ഞാനിറങ്ങുന്നു *(പോകുന്നു)*

വഞ്ചി: ഭാരതമാതാവിന്റെ കാലിലെ വൈദേശിക അടിമത്ത ച്ചങ്ങല താമസിയാതെ നാം പൊട്ടിച്ചെറിയും.

വെളിച്ചം ഇരുളുന്നു.

വന്ദേമാതരവും, ഭാരത് മാതാ കീ ജയ്, മഹാത്മാഗാന്ധി കീ ജയ് വി ളികളും അണിയറയിൽ മുഴങ്ങുമ്പോൾ, ഒരു പ്രത്യേക പോസിൽ നിൽക്കുന്ന വഞ്ചിനാഥനിൽ കേന്ദ്രീകരിച്ച ചുവന്ന വെളിച്ചവും ക്ര മേണ മങ്ങി രംഗം ഇരുൾമൂടുന്നു.

4

വെളിച്ചം തെളിയുമ്പോൾ

തിരുവതാംകൂർ (തിരുവനന്തപുരം) കോളേജ് അങ്കണം.

വഞ്ചിനാഥനും ഒരു സുഹൃത്തും നടന്നു വരുന്നു. എതിരെ വരുന്ന പാർവതീഭായി തങ്കച്ചി. വഞ്ചിയെ കണ്ട സന്തോഷം.

പാർവതി: ഏയ്, വഞ്ചിനാഥൻ

(വഞ്ചിനാഥൻ നിൽക്കുന്നു. സുഹൃത്ത് രണ്ടടി കൂടി വെച്ച് തിരിയുന്നു.)

പാർവതി: എനിക്ക് ഒരു കാര്യം പറയണമായിരുന്നു

(എന്ത് എന്ന ഭാവത്തിൽ തലയാട്ടുന്നു. അവൾ പരിഭ്രമത്തോടെയും എന്നാൽ സംയമനം വിടാതെയും)

ഇപ്രാവശ്യവും താങ്കൾ തന്നെയാണല്ലോ ആർട്സ് ക്ലബ്ബ് സെക്രട്ടറി?

വഞ്ചി: അതെ, ഇത് മൂന്നാം തവണയാണ്. ഇപ്രാവശ്യമെങ്കിലും ഒഴിഞ്ഞു നിൽക്കണമെന്നു കരുതിയതാണ്. പ്രിൻസിപ്പാളും ദേ ഇവൻമാരുമൊക്കെ നിർബന്ധിച്ചാ പിടിപ്പിച്ചത്.

പാർവതി: അത് നന്നായി. ഒരു കലാഹൃദയമുള്ളവനല്ലേ കലയുടെ അധിപനാകാൻ കഴിയൂ.

സുഹൃത്ത്: അതെ. അതാണതിന്റെ ശരി. കഴിഞ്ഞ മൂന്നു വർഷവും കോളേജ് വാർഷികം കേമമായി. അവസാന വർഷവും അങ്ങിനെത്തന്നെ വേണം.

വഞ്ചി: പഠിത്തം അലസപ്പെടും

സുഹൃത്ത്: വഞ്ചിനാഥ അയ്യർക്കോ? സൂര്യൻ പടിഞ്ഞാറുദിച്ചാലും

	അതിശയമില്ല. വഞ്ചി പഠിത്തത്തിൽ അമാന്തിക്കുന്നു എന്നു പറഞ്ഞാൽ അത്ഭുതമാണ്.
പാർവതി:	ഞാൻ പറയുവാൻ വന്നത്...
വഞ്ചി:	ങ്ആ, കുട്ടി പറയൂ
പാർവതി:	എന്റെ പേര് പാർവതീഭായി തങ്കച്ചി
വഞ്ചി:	ഓ, അതു പറയാനാണോ വിളിച്ചുനിർത്തിയത്? എനിക്ക് പ്രിൻസിപ്പാളിനെ ഒന്നു കാണേണ്ട അത്യാവശ്യമുണ്ടായിരുന്നു.
പാർവതി:	അയ്യോ അല്ല. പിന്നെ ആദ്യം ഈ കുട്ടി എന്ന സംജ്ഞ വേണ്ട.
വഞ്ചി:	ശരി, പാർവതി പറയൂ. ഇങ്ങിനെ മതിയോ, അതോ പൂർണ്ണരൂപം വേണോ? കേട്ടിട്ട് ഏതോ ഒരു രാജവംശത്തിന്റെ വാലുപോലെ
പാർവതി:	വാലല്ല, രാജവംശം തന്നെ. പക്ഷെ എന്റെ പ്രശ്നം അതൊന്നുമല്ല വഞ്ചിനാഥൻ
സുഹൃത്ത്:	ഞാൻ നില്ക്കണോ അതോ പോണോ..?
വഞ്ചി:	അതു തന്റെ ഇഷ്ടം... ങ്അ... പാർവതി പറയൂ..

(സുഹൃത്ത് പതുക്കെ നടക്കുന്നു)

പാർവതി:	ഈ വർഷത്തെ കോളേജ് ആനിവേഴ്സറി അടുത്തു വരികയല്ലേ?
വഞ്ചി:	അതെ
പാർവതി:	*(നാണം)* അന്ന് ഞങ്ങളൊരു സംഗീതശില്പം അരങ്ങേറ്റുവാൻ ആഗ്രഹിക്കുന്നു.
വഞ്ചി:	ആഹാ.. അതു നല്ല ആശയമാണല്ലോ?
പാർവതി:	*(മടിച്ച്)* അത്... എഴുതിയത് ഞാനാണ്.
വഞ്ചി:	ഓ, അഭിനന്ദനങ്ങൾ. ഇത്ര കഴിവുണ്ടെന്ന് അിറഞ്ഞിരുന്നില്ല. ചില ചില്ലറ കവിതാശകലങ്ങൾ ഞാൻ മുൻപ് കണ്ടിട്ടുണ്ട്.
പാർവതി:	ഇനിയാണ് ഞാൻ സൂചിപ്പിക്കാൻ ഉദ്ദേശിച്ച കാര്യം
വഞ്ചി:	പറഞ്ഞോളൂ..

പാർവതി: അതു വഞ്ചിനാഥൻ ചിട്ടപ്പെടുത്തണം.

വഞ്ചി: ഞാനോ? സംഗീതശില്പമെന്നല്ലേ പറഞ്ഞത്? അപ്പോൾ അതൊക്കെ അറിയുന്നവരല്ലേ ചട്ടപ്പെടുത്തേത്. എനിക്കാണെങ്കിൽ നൃത്തമോ സംഗീതമോ ഒന്നും വശമില്ല.

പാർവതി: ഡാൻസും പാട്ടുമൊക്കെ മറ്റൊരാൾ ചെയ്യും. അതിന്റെ നാടകവശവും മൊത്തത്തിലുള്ള കാര്യനിർവഹണവും താങ്കൾ ഏൽക്കണം. എന്റെ അപേക്ഷയാണ്.

വഞ്ചി: അയ്യോ, അതിനു ഞനിക്കാര്യത്തിൽ അത്ര പ്രഗത്ഭനൊന്നുമല്ല.

പാർവതി: കഴിഞ്ഞ ആണ്ടിലെ ഭഗത്സിങ് എന്ന താങ്കളുടെ സൃഷ്ടിയാണ് എന്നെ ഇതെഴുതാൻ പ്രേരിപ്പിച്ചതു തന്നെ.

വഞ്ചി: ഓ, അതുശരി

പാർവതി: ഒഴിവുകഴിവു പറയരുത്. ഞാൻ കൂട്ടുകാർക്ക് വാക്കു കൊടുത്തു താങ്കളെ കുണ്ടുവരുമെന്ന്...

വഞ്ചി: ധർമ്മസങ്കടത്തിലാക്കിയല്ലോ പാർവതീഭായീ..

പാർവതി: വഞ്ചിനാഥൻ മനസ്സുവെച്ചാൽ...

വഞ്ചി: ങ്ഹും... ഒന്നു ശ്രമിക്കാം. എങ്കിൽ ഞാൻ പ്രിൻസിപ്പാളിന്റെ മുറിയിലേക്ക് ചെല്ലട്ടെ.

(യാത്ര പറഞ്ഞു നടന്നു മറയുന്നു. പാർവതി അയാളെ ആരാധനയോടെ നോക്കിനിൽക്കുന്നു. ഒരു സ്നേഹിത വന്ന് കുലുക്കി വിളിക്കുമ്പോൾ മാത്രം പരിസരബോധം ഉണ്ടാവുന്ന പാർവതി)

ഈ അവസരം സംവിധായകന്റെ മനോധർമ്മമനുസരിച്ച് കൊഴുപ്പിക്കാവുന്നതാണ്.

സ്നേഹിത: എന്താ പാർവതീ.. ദിവാസ്വപ്നത്തിലാണോ..?

പാർവതി: പോടീ...

സ്നേഹിത: ഞാനെത്രനേരമായി വിളിക്കുന്നു.

പാർവതി: *(ജാള്യത മറച്ച്)* ഞാൻ നമ്മുടെ സംഗീതശില്പം അരങ്ങേറ്റുന്നതിന്റെ ആലോചനയിൽ നിന്നുപോയതാ. ങ്അ.

പിന്നെ, വഞ്ചിനാഥൻ സമ്മതിച്ചെടീ.

സ്നേഹിത: അപ്പൊ അതാണല്ലേ... സ്വപ്നത്തിന്റെ രഹസ്യം പിടികിട്ടി.

പാർവതി: എന്ത് രഹസ്യം? ഒരു രഹസ്യവുമില്ല.

സ്നേഹിത: പിന്നെ.. പിന്നെ.. നീ പോന്നപ്പോഴേ അവളുമാരു അടക്കംപറച്ചിലു തുടങ്ങി.

പാർവതി: ആരെന്തു പറഞ്ഞാലും പറയട്ടെ. അദ്ദേഹം കലാഹൃദയമുള്ളവനാണ്. അതുമാത്രം നോക്കിയാ മതി. വാ.. പോകാം..

(അവർ നടന്നു മറയുന്നു)

നിമിഷങ്ങൾക്കകം രണ്ടു പോലീസുകാർ രംഗത്തെത്തുന്നു. എങ്ങോട്ടു പോകണമെന്ന് അറിയാതെ നിൽക്കുന്നു. അപ്പോൾ ഒരു വിദ്യാർത്ഥി അതുവഴി വരുന്നു. അവനെ വിളിച്ച്

പോലീസുകാരൻ 1: എടേ.. ഇവിടെ വാ..

(അവൻ പരിഭ്രമിച്ച് അടുത്തേക്കു വരുന്നു)

എവിടെയാ ഹെഡ്മാസ്റ്ററുടെ മുറി

വിദ്യാർഥി: ഇവിടെ ഹെഡ്മാസ്റ്ററില്ല

പോ 2: ഇല്ലേ? പിന്നെ ആരാ ഇവിടെ പ്രധാന വാദ്ധ്യാര്?

വിദ്യാ.: പ്രിൻസിപ്പാൾ

പോ 1: എന്തര്?

വിദ്യാ.: പ്രിൻസിപ്പാൾ

പോ 1: എന്തര് ആവട്ടെ, അയാള്ടെ മുറി എവിടാടാ?

വിദ്യാ: നേരെ പോയി വലത്തോട്ടു തിരിഞ്ഞ് ഇടനാഴിയിലൂടെ ചെന്ന് ഗോവണിപ്പടി കേറിയാൽ പ്രിൻസിപ്പാളിന്റെ മുറിയാ.

പോ 2: ഇതെന്തര്? കെഴക്കേക്കോട്ടേന്ന് തഞ്ചാവൂര് പോണ കണക്ക്.

എടേ... നീയൊക്കെ ഇവിടെ വരണത് പഠിക്കാൻ തന്നേ? അതോ യോഗം ചേരാനോ? ങ്അ.. ചെല്ല്.. ചെ

ല്ല്...

(അവൻ ധൃതിയിൽ പോകാനൊരുങ്ങവേ)

ടാ... സാറുണ്ടോ അവിടെ?

വിദ്യാ.: അറിയില്ല

പോ 1: ങ്ആ, നീ പോ... ഞങ്ങള് നോക്കിക്കോളാം

(വിദ്യാർത്ഥി പോകുന്നു)

പോ 2: എടേ... കൊറച്ചൂടെ ഡീസന്റാവണം. ഇത് പള്ളിക്കൂടം വേറെയാ. ചക്കിനു വെച്ചത് കൊക്കിനു കൊള്ളരുത്.

പോ 1: നമ്മളോടാ കളി. ഞാൻ പഴയ നാലാം ക്ലാസ്സാ..

(ഈ സമയം വഞ്ചിനാഥനും സുഹൃത്തും നടന്നുവരുന്നു. അവർപോലീസിനെ കാണുന്നു)

വഞ്ചി: അല്ല, നിങ്ങൾ ഇവിടെ... കോളേജിൽ..?

പോ 1: താനാരാ..?

വഞ്ചി: വഞ്ചിനാഥൻ. ചോദിച്ചതിന്റെ സമാധാനം കിട്ടിയില്ല

പോ 2: *(ആലോചനയോടെ)* രഘുപതിയദ്ദേഹത്തിന്റെ മകനല്ലേ?

വഞ്ചി: അതെ, അച്ഛനെ അറിയാമോ?

പോ 2: അറിയാം. *(മറ്റേ പോലീസിനോട്)* എടോ ഇത് ദേവസ്വം ഓഫീസർ രഘുപതിസാറിന്റെ മകനാ. സാറ് ട്രഷറീല് പണമടക്കാൻ പോകുമ്പം ഞങ്ങളാ അകമ്പടി പോകാറ്.

വഞ്ചി: ഓ.. ങ്ആ.. നിങ്ങൾ ഇവിടെ വന്നത്..?

പോ 1: അത്, സ്റ്റേഷനിൽ ഒരു പരാതി കിട്ടി. ഈ പള്ളിക്കൂടത്തിന്റെഹോസ്റ്റലിലെ മുറിയിൽ ഏതോ രാത്രി ക്ലാസ്സ്... എന്തോന്നാ... ങ്ആ... സ്റ്റഡിക്ലാസ്സ് നടക്കണൂന്ന്. അതന്വേഷിക്കാൻ ഏമാൻ പറഞ്ഞു വിട്ടതാ.

ഏതോ വിപ്ലവസംഘക്കാരാന്നാ കേട്ടത്. ഇതൊരു സർക്കാർ സ്ഥാപനമല്ലേ?

വഞ്ചി: ഞാനും ഹോസ്റ്റലിലാ താമസം. ഇതാരോ മനപ്പൂർവം പറ്റിച്ചതാ. ഇവിടെ അങ്ങിനെ വന്നും നടക്കുന്നില്ലല്ലോ

പോ 2: കുഞ്ഞ് പറഞ്ഞാൽ സത്യമായിരിക്കും. എന്നാലും ഇവിടം വരെ വന്ന സ്ഥിതിക്ക്... ഇല്ലെങ്കി... ഏമാൻ...

പോ 1: ഏമാനല്പം കുഴപ്പക്കാരനാ. വെളുപ്പില്ലെന്നേയുള്ളൂ.. സായിപ്പാ, തനി സായിപ്പ്..

വഞ്ചി: ങ്ങ്അ.. പോയി കാണ്ടോളൂ.... പ്രിൻസിപ്പാൾ മുറിയിലുണ്ട്.

ഞാനവിടുന്നു വരികയാ. അവിടെ *(ചൂണ്ടിക്കാട്ടി)* ഒന്നാം നിലയിലാ..

(വഞ്ചിയും സുഹൃത്തും പോകുന്നു)

പോ 2: ഇനി പോകണോ?

പോ 1: താൻ പറ

പോ 2: അങ്ങിനെ ഒരു സംഭവം നടക്കുന്നതായി ഇതുവരെ അറിവില്ല. അഥവാ ഏതെങ്കിലും വിധ അസാധരാണ സംഭവമുണ്ടായാൽ ഉടൻ സ്റ്റേഷനിൽ അറിയും. എന്താ..?

പോ 1: പഴയ നാലാം ക്ലാസ്സാ...

(ഇരുവരും ചിരിച്ച് വന്നവഴിയെ മടങ്ങുന്നു)

5

കോളേജ് ഹോസ്റ്റൽ മുറി (രാത്രി)

രണ്ടുപേർ രഹസ്യ സ്റ്റഡിക്ലാസ്സ് നടത്തുന്നു.

പ്രേക്ഷകർ.. കേൾവിക്കാർ...

ഒന്നാമൻ: വളരെ നാളത്തെ ആലോചനകൾക്കു ശേഷമാണ് ഇത്തരമൊരു തീമുമാനത്തിലെത്തിയത്. എത്രനാൾ മറ്റുള്ളവരുടെ ഉച്ഛിഷ്ടം ഭുജിച്ച് നാം കഴിയും? കോഴിക്ക് മുല വരുന്നതു പോലെ നാളെ നാളെ.. നീളെ നീളെ... നമ്മുടെ മുതിർന്ന നേതാക്കൾ അഹിംസാ സിദ്ധാന്തവും സത്യഗ്രഹവും മറ്റുമായി മുന്നോട്ടുപോകുന്നതല്ലാതെ അതിനൊന്നും ഒരു പരിണാമവും വിരാമവും കാണുന്നില്ല. ഈ അവസരത്തിലാണ് സമാന ചിന്താഗതിക്കാരായ സുഹൃത്തുക്കൾ ചേർന്ന് കോൺഗ്രസ്സ് സോഷ്യലിസ്റ്റ് എന്ന പേരിൽ സംഘടന രൂപീകരിക്കുവാൻ തീരുമാനിച്ചത്.

രണ്ടാമൻ: ആ തീരുമാനത്തിൽ നിന്ന് ഉരുത്തിരിഞ്ഞതാണ് നമ്മുടെ പുതിയ പദ്ധതി. നാടിന് പുറത്തുനിന്നെത്തിയ പരദേശി ബൂർഷ്വാകർ മാത്രമല്ല നമുക്ക് ശത്രുക്കൾ എന്നും നാം ആദ്യം തിരിച്ചറിയണം. ജൻമിത്തമെന്ന നാടൻ സായിപ്പുമാരും നമുക്ക് ശത്രുക്കൾ തന്നെ. ഉദാഹരണമായി ഏക്കറുകണക്കിന് കൃഷിഭൂമികൾ കയ്യാളിവെച്ച് സാധാരണക്കാരനെക്കൊണ്ട് കൃഷിപ്പണി ചെയ്യിച്ച് വരുമാനത്തിന്റെ സിംഹഭാഗവും മെയ്യനങ്ങാതെ വസൂലാക്കുന്നവരെക്കുറിച്ചാണ് സൂചിപ്പിച്ചത്. ഇതെല്ലാം സാധാരണക്കാരൻ വെയിലും മഴയും മഞ്ഞും

വകവെക്കാതെ സ്വന്തം വിയർപ്പൊഴുക്കി ഉണ്ടാക്കിയതാണെന്ന് നാം ഓർക്കണം. അതിനാൽ, ഈ ജൻമിത്തവ്യവസ്ഥിതിക്കെതിരെയും നമുക്ക് പോരാടണം. വിദേശികളേക്കാൾ ക്രൂരൻമാരാണ് ഈ ആട്ടിൻതോലണിഞ്ഞ ചെന്നായക്കൂട്ടങ്ങൾ എന്ന് തിരിച്ചറിയണം. അതിനാൽ നാം ഒരുമിച്ചു തീരുമാനിക്കണം. ഇങ്ങിനെ ഉറങ്ങിയിരുന്നിട്ടു കാര്യമില്ല, ഉണർന്നു പ്രവർത്തിക്കണം എന്ന്...

(വഞ്ചിനാഥൻ പെട്ടെന്ന് പ്രവേശിക്കുന്നു. അയാളെ കണ്ടതും രണ്ടാമൻ മുന്നോട്ടു വന്ന് കൈകൊടുത്ത്)

രണ്ടാമൻ: വഞ്ചിനാഥഅയ്യർ? എന്തൊരത്ഭുതം. എത്രനാളായി കണ്ടിട്ട്? അന്നൊക്കെ വളരെ റഗുലർ ആയി വന്നിരുന്നതാണല്ലോ? വീര്യമൊക്കെ അസ്തമിച്ചോ ?

വഞ്ചി: സ്വാതന്ത്ര്യേച്ഛ, ആ വീര്യം നശിക്കണമെങ്കിൽ ഈ വഞ്ചിനാഥന്റെ ശ്വാസം നിലയ്ക്കണം.

രണ്ടാമൻ: എന്തേ പിന്നെ..?

വഞ്ചി: ഞാൻ കൂടുതൽ പഠിച്ചുകൊണ്ടിരിക്കയാണ്. ഏതൊരു പ്രസ്ഥാനവും ആത്മാർഥതയോടെ മുന്നേറണമെങ്കിൽ അതിന്റെ ഉള്ളിലേക്കിറങ്ങിച്ചെന്ന് അതിനെ നന്നായി പഠിക്കണം, അറിയണം.

ഒന്നാമൻ: സഖാവ് പറഞ്ഞതാണ് പ്രധാനം

വഞ്ചി: പ്രാവർത്തികമാക്കാനാകുമോ ഇല്ലയോ എന്നതല്ല ഇവിടെ പ്രശ്നം. ആത്മാർഥതയാണ്. ങ്അ.. അതൊക്കെ നമുക്ക് പിന്നീട് ചർച്ചയാക്കാം. ഇപ്പോൾ പ്രധാനം നിങ്ങൾ ഇവിടെ നിന്ന് ഉടൻ സ്ഥലം വിടണമെന്നതാണ്. മറ്റെല്ലാ സുഹൃത്തുക്കളും പിരിഞ്ഞുപോകയും വേണം.

ഒന്നാമൻ: എന്താ വഞ്ചിനാഥൻ ഇത്..? നിങ്ങളും ഇതിന്റെ ഭാഗമല്ലേ?

വഞ്ചി: അതുകാണ്ടാണ് പറയുന്നത്. ആത്മാർഥതയാണ് വേണ്ടതെന്ന്. മറുചോദ്യമൊന്നും ചോദിക്കരുത്. അതിനു സമയമില്ല. ഈ നിമിഷം സ്ഥലം വിടണം. ഞാൻ വാ

ർഡനെ ശട്ടംകെട്ടിയിട്ടുണ്ട്. അയാൾ നിങ്ങളെ പുറകുവശത്തു കൂടെ സുരക്ഷിതമായി പൊതുവഴിയിലെത്തിക്കും... ഉം.. വേഗം.. കൂട്ടരെ നിങ്ങളും..

(അണിയറയിൽ ബൂട്ടുകൾ പതിയുന്ന ശബ്ദങ്ങൾ).

രംഗത്തു നിന്ന് അവരെല്ലാം ഒഴിഞ്ഞ ഉടൻ 2 പോലീസുകാർ ഓടിവരുന്നു. എല്ലായിടവും പരതുന്നു.

പോ 1: അവരെവിടെ?

വഞ്ചി: ആര്?

പോ 1: ഒരിക്കൽ താൻ ഞങ്ങളെ കബളിപ്പിച്ചു. ഇന്നതു നടപ്പില്ല. എവിടെയാണവർ ഒളിച്ചത്?

(പരതുന്നു.. നിരാശരാവുന്നു)

പോ 2: നിങ്ങൾ എന്താ ഇത്ര രാവായിട്ടും ഉറങ്ങാതെ ഇവിടെ?

വഞ്ചി: ഓഹോ, ഇതറിയാനാണോ ഇത്ര തത്രപ്പെട്ടു വന്നത്? നല്ല ചോദ്യം. സാറേ... ഉറങ്ങുന്നതും ഉണരുന്നതുമെല്ലാം വ്യക്തിഗതമാണ്.

പോ 1: നിങ്ങൾ ഒരു മാന്യന്റെ മകനായതുകൊണ്ട് ഞങ്ങൾ മര്യാദയോടെ ഇടപെടുന്നത്. പ്രതികളെ ഒളിപ്പിക്കുന്നതും വലിയ തെറ്റാണ്.

പോ 2: കൃത്യമായ അറിവു കിട്ടിയിട്ടാണ് ഞങ്ങളെത്തിയത്. ഇവിടെ രണ്ടു സോഷ്യലിസ്റ്റുകാർ ക്യാമ്പ് ചെയ്തിട്ടുണ്ടെന്ന്...

വഞ്ചി: അയ്യോ... ആരോ നിങ്ങളെ വീണ്ടും കബളിപ്പിച്ചതാ. ഇത് കോളേജ് ഹോസ്റ്റലാണ്. ഇവിടെ കോളേജ് വിദ്യാർത്ഥികളാണ് താമസം. ദേ, ഞങ്ങളൊരു റിഹേഴ്സൽ കഴിഞ്ഞ് അവരെല്ലാം ഇപ്പോൾ അവരവരുടെ മുറികളിലേക്ക് പോയതേയുള്ളൂ. സംശയമുണ്ടെങ്കിൽ നിങ്ങൾക്ക് നന്നായി പരിശോധിക്കാം. ഇത് ലോഡ്ജോ മറ്റോ ആണോ നിങ്ങൾ പറയുംപേലെ വഴിപോക്കർ കയറിയിറങ്ങാൻ...

പോ 1: നിങ്ങൾ നന്നായി അഭിനയിക്കുന്നു.

വഞ്ചി: അതുപറഞ്ഞല്ലോ സാർ. റിഹേഴ്സൽ കഴിഞ്ഞേയുള്ളൂന്ന്

പോ 1: വാടോ... കൈയ്യിൽ കിട്ടാതിരിക്കില്ല.

വഞ്ചി: ശരി. അപ്പോൾ എന്നെക്കൂടി അറിയിക്കണേ. ഈ കമ്മ്യൂണിസ്റ്റ് സോഷ്യലിസ്റ്റുകൾ എങ്ങിനെയിരിക്കുമെന്ന് ഒന്നു കാണാനാ.

പോ 1: വേണ്ട വേണ്ട... പോലീസിനോട് കളിക്കണ്ട. വിഷമിക്കേണ്ടി വരും.

പോ 2: താൻ വാടോ, സമയം കളയണ്ട. പോയി തപ്പാം. കിട്ടിയ അറിവ് തെറ്റാൻ ന്യായമില്ല.

പോ 1: ഇവൻമാരു പഠിച്ച കള്ളൻമാരാ. നില്ക്കുന്ന നില്പിൽ അപ്രത്യക്ഷമാകും. അതല്ലേ തമ്പാന്നൂർ വെച്ചും സംഭവിച്ചത്... ങ്അ... വാ... പോകാം.

(പോലീസുകാർ ഓടിയകലുന്നു. വഞ്ചി നെടുതായി നിശ്വസിച്ച് അവർ പോയ വഴിയെ നോക്കിനില്ക്കുമ്പോൾ ഇരുട്ടു പടരുന്നു)

6

കോളേജ് അങ്കണം (പകൽ)

പ്രിൻസിപ്പാളും മറ്റൊരധ്യാപകനും
സംസാരിച്ചുകൊണ്ടു നിൽക്കുന്നു

പ്രിൻസി: വഞ്ചിനാഥൻ തക്കസമയത്ത് ഉണർന്നു പ്രവർത്തിച്ചതു കൊണ്ട് കോളേജിന്റെ അഭിമാനം രക്ഷപ്പെട്ടു.

അധ്യാ: അവൻ സമർത്ഥനായ വിദ്യാർത്ഥിയാണ്. എത്ര ബുദ്ധിപരമായാണ് ഹോസ്റ്റലിൽ നിന്ന് അവരെ ഒഴിപ്പിച്ചത്.

പ്രിൻസി: തിരുവിതാംകൂർ പൂർണ്ണമായും ബ്രിട്ടീഷ് സാമ്രാജ്യത്വത്തിനു കീഴിലല്ലെങ്കിലും അവർ പെരുമാറുന്നത് അതു പോലെയാണല്ലോ. മഹാരാജാവിന്റെ ഉത്തരവുകൾക്കു പോലും വിലകൽപ്പിക്കുന്നില്ല.

അധ്യാ: അതൊക്കെ ശരിയാണ്. പക്ഷെ, ഇംഗ്ലീഷുകാരെ വിറ്റകാശ് രാജാ കേശവദാസനെപ്പോലുള്ളവരുടെ കയ്യിലുണ്ട്.

പ്രിൻസി: എന്തായാലും വഞ്ചിനാഥ അയ്യരെ അഭിനന്ദിക്കാതിരിക്കാൻ വയ്യ. നമ്മൾ പോലും അറിയാതെയല്ലേ സ്റ്റഡി ക്ലാസുകൾ രഹസ്യമായി നടന്നിരുന്നത്?

ഏതായാലും വലിയൊരു ആപത്തിൽ നിന്ന് രക്ഷപ്പെട്ടു, വരൂ... നമുക്കൊന്നാലോചിക്കാം

(അവർ പ്രിൻസിപ്പാളിന്റെ മുറി ലക്ഷ്യമാക്കി നടന്നു മറയുന്നു)

(പാർവതീഭായി തങ്കച്ചി കടന്നു വന്ന് ഒരു സ്ഥലത്ത് ആരെയോ പ്രതീക്ഷിച്ച പോലെ കാത്തുനിൽക്കുന്നു)

പാർവതി: ഇവിടെ വരാമെന്നാണല്ലോ പറഞ്ഞത്.

ഇനി മറന്നു കാണുമോ? ഹേയ് അങ്ങിനെ വരില്ല്യ.

(ആകാംക്ഷയോടെ ദൂരേക്ക് നോക്കി നിൽക്കുന്നു.)

ഇന്നലത്തെക്കൊണ്ട് പരീക്ഷയൊക്കെ കഴിഞ്ഞല്ലോ. ഇന്ന് വീട്ടിലേക്ക് മടങ്ങും മുൻപ് കാണാമെന്നു പറഞ്ഞതാണല്ലോ. വഞ്ചിനാഥൻ ചിട്ടപ്പെടുത്തിയ സംഗീതശില്പം എല്ലാവർക്കും ഇഷ്ടപ്പെട്ടല്ലോ. പക്ഷെ, ഒരഭിനന്ദനം അറിയിക്കാൻ കഴിഞ്ഞില്ല. ഒന്നു കണ്ടിരുന്നെങ്കിൽ..

(വിഷമിച്ചു നിൽക്കുന്നു)

ഇവിടെയും സന്ദർഭോചിതമായി സംവിധായകന് ഉപയോഗിക്കാം.

പാർവതി: *(ചിന്തയിൽ നിന്നുണർന്ന്)* ഈശ്വരാ... നേരം ഒരുപാടായല്ലോ

(വഞ്ചിയുടെ ആദ്യം കണ്ട സുഹൃത്ത് പെട്ടിയും ബാഗുമൊക്കെയായി വീട്ടിലേക്ക് മടങ്ങുന്നതിനുള്ള തയ്യാറെടുപ്പോടെ കടന്നുവരുന്നു. പാർവതിയെ കണ്ട് അടുത്തേക്ക് വരുന്നു)

സുഹൃത്ത്: അയ്യോ പാർവതിഭായീ.. ഞാനതു പറയാൻ മറന്നു. വഞ്ചിനാഥൻ ഇന്ന് അതിരാവിലെ വീട്ടിലേക്കു പോയി. പാർവതിയോടു പറയാൻ അവൻ എന്നോട് പറഞ്ഞിരുന്നു. ഇന്നു നിങ്ങൾ രണ്ടുപേരും കാണാനിരുന്നതല്ലേ. ക്ഷമിക്കണം. ഞാനത് നേരത്തെ പറയാൻ മറന്നു.

പാർവതി: *(ദു:ഖത്തോടെ)* എന്തേ പെട്ടെന്ന്, അത്യാവശ്യമായി..?

സുഹൃത്ത്: മനപ്പൂർവമല്ല. അമ്മയ്ക്ക് ദീനം കൂടുതലാണ്. വാല്ല്യക്കാരൻ വന്നു പറഞ്ഞു. ഉടൻ വണ്ടി വിളിച്ചു പുറപ്പെട്ടു. വഞ്ചിനാഥന് അമ്മയെന്നാൽ ജീവനാണ്.

പാർവതി: എന്താണസുഖം?

സുഹൃത്ത്: കുറച്ചു നാളായി കിടപ്പിലായിരുന്നു. പക്ഷവാതമാണെന്നാ വഞ്ചിനാഥൻ പറഞ്ഞത്.

പാർവതി: ഈശ്വരാ..

സുഹൃത്ത്: പരിഭവം തോന്നരുത്. പാർവതിക്ക് ഇനി ഒരു വർഷം കൂടിയുണ്ടല്ലോ. ഉടനെ മടങ്ങി വന്നു കണ്ടോളാം എന്നും അറിയിക്കൻ പറഞ്ഞിരുന്നു.

പാർവതി: പരിഭവമൊന്നുമില്ല. കാണാഞ്ഞപ്പോൾ വിഷമം തോന്നി.

സുഹൃത്ത്: വരും, വഞ്ചിനാഥൻ വരും. അതാണവൻ. എന്നാൽ ഞാൻ ഇറങ്ങട്ടെ..

(സുഹൃത്ത് നടന്നു മറയുന്നതും നോക്കി പാർവതി നിൽക്കുമ്പോൾ രംഗം പൊലിയുന്നു)

7

വഞ്ചിനാഥഅയ്യരുടെ വീട്.

പൂമുഖം. പഴയതിൽ നിന്ന് ഏറെ വിഭിന്നം. വഞ്ചിനാഥന്റെ അമ്മയുടെ ഛായാചിത്രം മാലയിട്ട് ഭിത്തിയിൽ തൂങ്ങുന്നു. രംഗം ശൂന്യം. രഘുപതിഅയ്യർ പുറത്തു നിന്നും പ്രവേശിക്കുന്നു. ക്ഷീണിതൻ. പഴയ പ്രതാപത്തിന് കുറവില്ല പത്നിയുടെ ഫോട്ടോവിൽ നോക്കി നിന്നു നെടുവീർപ്പിട്ട് അങ്ങോട്ടുമിങ്ങോട്ടും ഉലാത്തുന്നു.

രഘു: *(ആത്മഗതം)* ഇന്നേക്ക് ഒരു വർഷം കഴിഞ്ഞു തങ്കം പോയിട്ട്. ഇന്നലെ കഴിഞ്ഞപോലെ തോന്നുന്നു. വഞ്ചിയുടെ വേളി കഴിഞ്ഞു കാണാൻ തങ്കം കുറേ മോഹിച്ചതാ.. ങ്ഹും..എല്ലാം ശ്രീ പദ്മനാഭന്റെ ഇംഗിതം.

(പുറത്തുനിന്നും വഞ്ചിനാഥൻ കയറിവരുന്നു. കൂടെ ഗർഭിണിയായ ഭാര്യ സതീദേവിയും.)

രഘു: ങ്അ, ഡോക്ടർ എന്തുപറഞ്ഞു വഞ്ചീ..?

വഞ്ചി: പേടിക്കാനൊന്നുമില്ല. ചിലർക്ക് ഇമ്മാതിരി ചില അസ്വസ്ഥതകൾ ഉണ്ടാകുമതത്രേ. എന്നാലും നന്നായി ശ്രദ്ധിക്കണമെന്നു പറഞ്ഞു.

രഘു: ആവട്ടെ.. മോൾ അകത്തേക്ക് ചെല്ലൂ. കാര്യങ്ങളൊക്കെ വാല്യക്കാരി നോക്കിക്കോളും. എന്നാലും ശ്രദ്ധ വേണം

സതി: ശരിയച്ഛാ.. *(അകത്തേക്ക് പോകുന്നു)*

വഞ്ചി: ഞാൻ നാളെ പുനലൂർക്ക് പോയാലോ എന്നാലോചിക്കുകയാണ്. അവധി തീരെയില്ല. പോരാത്തതിന് കൂ

പ്പ് ലേലവും അടുത്തുവരുന്നു.

രഘു: ങാ... നിർബന്ധാച്ചാ പൊയ്ക്കോളൂ. വിഷമിക്കാനൊന്നൂല്യാന്നല്ലേ ഡോക്ടർ പറഞ്ഞത്.

വഞ്ചി: അതെ അച്ഛാ... പക്ഷെ ശ്രദ്ധിക്കണമെന്ന് എടുത്തു പറഞ്ഞതാ ഒരു ഭയം.

രഘു: അതു സാരമില്ല. ശങ്കുപ്പിള്ള നല്ല ഭിഷഗ്വരനാണ്. നീ ധൈര്യമായിരിക്ക്. ഇനി ഒരച്ഛനായി ജീവിക്കണം. പേടിച്ചാൽ പറ്റ്വോ..?

വഞ്ചി: അച്ഛാ..

രഘു: വിഷമിക്കാൻ പറഞ്ഞതല്ല. നമുക്കൊക്കെ ഓരോ നിയോഗമുണ്ട്. അതിന് വിപരീതമായി ആർക്കും ഒന്നും ചെയ്യാൻ കഴിയില്ല്യ. ങ്അ.. ഞാൻ നിന്നെ കാത്തിരിക്കയായിരുന്നു. എനിക്ക് അത്യാവശ്യമായി പുറത്തേക്കൊന്ന് പോണം. ചിലപ്പോൾ വാരാൻ അല്പം വൈകും.

വഞ്ചി: ശരിയച്ഛാ.

(രഘുപതിഅയ്യർ തയ്യാറായി പുറത്തേക്ക് നടക്കുന്നു. വഞ്ചിയുടെ ഭാര്യ സതീദേവി സംഭാരവുമായി വരുന്നു. അയാൾ അതു വാങ്ങി കുടിച്ച് പാത്രം തിരികെ കൊടുക്കവേ പറയുന്നു)

നാളെ ഞാൻ പൂനലൂർക്ക് പോയാലോ?

സതി: അവിടുത്തെ ഇഷ്ടം.

വഞ്ചി: നിന്റെ അഭിപ്രായമെന്താ?

സതി: എനിക്കിപ്പോൾ പറയത്തക്ക വിഷമമൊന്നുമില്ല. പിന്നെ കൂട്ടിന് കല്ല്യാണിപിള്ള വല്ല്യമ്മയുണ്ടല്ലോ? പിന്നെ അച്ഛനും.

വഞ്ചി: ങ്അ.. അവരൊക്കെയുണ്ട്. പക്ഷെ എന്റെ സാമീപ്യം നീ ആശിക്കണില്ലേ?

സതി: ഇല്ലാതിരിക്കുമോ. അതല്ലെ എനിക്ക് ഏറ്റവും ആശ്വാസം.

വഞ്ചി: ഞാൻ ധർമ്മസങ്കടത്തിലായല്ലോ കുട്ടാ

(എന്നു പറഞ്ഞ് അവളുടെ വയറിൽ തടവുന്നു. സതി ലജ്ജാവതിയാവുന്നു)

സതി: സാരല്യ.. പോയിവരൂ. പുനലൂർ അത്ര ദൂരത്തൊന്നുമല്ലല്ലോ. രണ്ടുമൂന്നു നാൾ കൂടുമ്പോൾ വന്നുപോകാമല്ലോ. എന്തായാലും പോകാതെ പറ്റില്ലല്ലോ.

വഞ്ചി: അതെ. അടുത്താഴ്ച തടി ലേലമാണ്. എല്ലാം തരം തിരിച്ച് വീട്ടി, തേക്ക്, തമ്പകം എന്നിങ്ങനെ മാറ്റി വെപ്പിക്കണം. ആ പണി തുടങ്ങിയ നേരത്തല്ലേ ഇവിടന്ന് ആളു വന്നത്.

സതി: ഇപ്പോൾ ആ അവസ്ഥയല്ലല്ലോ.

വഞ്ചി: *(ഭാര്യയുടെ വയറിൽ കാതുവെച്ച്)* ഇവൻ പറഞ്ഞാൽ പോയേക്കാം.

സതി: ഇവനാണെന്നാരു പറഞ്ഞു?

വഞ്ചി: ഞാൻ പറയുന്നു

സതി: ഇവളാണ്

വഞ്ചി: അതെങ്ങനെ അറിയാം?

സതി: അമ്മമാർക്ക് അതൊക്കെ അറിയാം.

വഞ്ചി: അവനായാലും അവളായാലും നമുക്ക് പൊൻകനി തന്നെ. ങ്അ.. നിങ്ങളൊക്കെ പറയുന്ന സ്ഥിതിക്ക് നാളെ യാത്രയാവാം. എന്തായാലും പോകാനുള്ള തയ്യാറെടുപ്പുകൾ ആവാം.

അതേയ്... പണിയൊന്നുമെടുക്കേണ്ടാ.

അച്ചാറും കിച്ചാറുമൊന്നും ഉണ്ടാക്കാൻ മെനക്കെടണ്ടാന്ന് സാരം.

സതി: ഉത്തരവ്

(ചിരിച്ചുകൊണ്ട് അകത്തേക്ക് പോകുവാൻ തിരിയുമ്പോൾ വീഴാൻ തുടങ്ങിയതും വഞ്ചി അവളെ താങ്ങിനിർത്തിയതും ഒരുമിച്ച്. പിന്നെ സാവധാനം അവൾ അകത്തേക്ക് പോകുന്നു.

അപ്പോഴേക്കും വഞ്ചിയുടെ സുഹൃത്ത് പ്രവേശിക്കുന്നു. നിരാശാഭാവം)

സുഹൃ: വഞ്ചീ... നമ്മൾ പരാജയപ്പെടുകയാണോ?

വഞ്ചി: ഇപ്പോഴെന്താണ്ടായി... ഒരു പരാജയഭീതി?

സുഹൃ: കോടതിയിലെ വ്യവഹാരങ്ങൾ തന്നെ. എതിർകക്ഷികൾ നിരത്തുന്ന തെളിവുകളെല്ലാം നമുക്കെതിരാണ്.

വഞ്ചി: ഇല്ല. അതൊന്നും സാരമില്ല സുഹൃത്തേ. അന്തിമവിധി അനുകൂലമായിരിക്കും കാരണം, നമ്മൾ ചിന്തിക്കുന്നതും പ്രവർത്തിക്കുന്നതും സത്യത്തിന്റെ വഴിയിലൂടെയാണ്.

സുഹൃ: എന്തോ എനിക്ക് വിശ്വാസം പോരാ, അന്തിമവിധി അനുകൂലമാകുമെന്ന്.

വഞ്ചി: ഞാൻ ഉറപ്പു തരുന്നു.

സുഹൃ: അതെങ്ങിനെ ഉറപ്പിക്കാനാവും?

വഞ്ചി: അതോ? അവർ എത്രത്തോളം പോകുമെന്നറിയാനല്ലേ നാം അടങ്ങിയിരുന്നത്. വസ്തുവിന്റെ പേരിലാണല്ലോ തർക്കം? കെട്ടിടം ഇരിക്കുന്ന വസ്തു സർക്കാരിന്റെയാണെന്നും അവിടെ പ്രവർത്തിക്കുന്ന വിദ്യാഭ്യാസ സ്ഥാപനം സ്വകാര്യവകയാണെന്നുമാണല്ലോ വാദം.

സുഹൃ: അതെ

വഞ്ചി: അവിടെ തെറ്റി

സുഹൃ: എങ്ങിനെ?

വഞ്ചി: അവിടെ സർക്കാർ സ്ഥലത്ത് സർക്കാർ സ്ഥാപനം തന്നെ ആയാലോ?

സുഹൃ: അതെങ്ങിനെ? ഇങ്ങനെ കേസു നടക്കുമ്പോൾ... ഹേയ് ശരിയാവില്ല

വഞ്ചി: ങ്അ... താനിവിടെ നില്ക്ക്, ഞാനിതാ വരുന്നു

(സുഹൃത്ത് ഒന്നും മനസ്സിലാകാതെ നിൽക്കുമ്പോൾ വഞ്ചി അകത്തു പോയി ഒരു സർക്കാർ ഓർഡർ ഫയലുമായി വന്ന് അത് സുഹൃത്തിന് കൊടുക്കുന്നു)

വഞ്ചി: നമ്മൾ അവിടെ സ്ഥാപനം തുടങ്ങുന്നതിനു മുൻപു തന്നെ ഈ ഉത്തരവുണ്ടായിരുന്നു. നമ്മുടെ പൊന്നുതമ്പുരാന്റെ പ്രത്യേക നിർദ്ദേശപ്രകാരമാണ് അവിടെ

സർക്കാർ വക സ്ഥാപനം നിർമ്മിച്ചത്. പുറത്തറിയിക്കാതിരുന്നത് വിധ്വംസകവാദികളായ ജൻമിമാരെ ഒരു പാഠം പഠിപ്പിക്കാനായിരുന്നു. ഇതിന്റെ പകർപ്പ് നമ്മുടെ വക്കീലിന്റെ കൈവശമുണ്ട്. ഇപ്പോൾ മനസ്സിലായോ?

സുഹൃ: വഞ്ചീ.. നിന്നെ സമ്മതിച്ചിരിക്കണൂ..

വഞ്ചി: ങ്അ, ഇനി ഇതു താൻ സൂക്ഷിക്കണം. ഞാൻ നാളെ രാവിലെ പുനലൂർക്ക് പോകും.

സുഹൃ: ഓഹോ

വഞ്ചി: ഒന്നുകൂടി. തനിക്കറിയാമല്ലോ ഇവിടുത്തെ അവസ്ഥ. അച്ഛൻ ആകെ തളർന്ന മട്ടാണ്. പുറത്തു കാണിക്കുന്നില്ലെന്നേയുള്ളൂ. പിന്നെ സതിയുടെ കാര്യമാണെങ്കിൽ കഷ്ടമാ. താൻ വിളിപ്പുറത്താണ്ടാവണം.

സുഹൃ: അതുപിന്നെ പ്രത്യേകം പറയണോ? ഞങ്ങളുണ്ടല്ലോ ഇവിടെ. നീ ധൈര്യമായി പോയിട്ടു വാ. പിന്നെ പുനലൂർ റേഞ്ച് ആഫീസ് അത്ര ദൂരത്തൊന്നുമല്ലല്ലോ.

വഞ്ചി: അതാ ഒരാശ്വാസം. ങ്അ, ഞാൻ വെയിലാറീട്ട് കേന്ദ്രത്തിലേക്ക് വരാം. മറ്റു ചില കാര്യങ്ങൾ കൂടി സംസാരിച്ചുറപ്പിക്കാനുണ്ട്.

സുഹൃ: എന്നാൽ ഞാനെല്ലാരേയും അറിയിക്കാം. വൈകുന്നേരം എല്ലാരേം കാണാം.

(പോകുന്നു. വഞ്ചി അവനെ അല്പം അനുഗമിച്ച് യാത്രയാക്കി പിന്നീട് മടങ്ങി വീടിനുള്ളിലേക്ക് കയറിപ്പോകുന്നു)

ശൂന്യമായ രംഗം ഇരുളിലാഴുന്നു

8

ഭാഗം 1

വഞ്ചിനാഥഅയ്യരുടെ വീട്

പൂമുഖം. മാറിയ കാലത്തിന്റെ കാഴ്ചകൾ അല്പംകൂടി വിഭിന്നമാക്കാം. വഞ്ചിനാഥന്റെ അമ്മയുടെയും അച്ഛന്റെയും ഛായാചിത്രങ്ങൾ ഭിത്തിയിൽ തൂങ്ങുന്നു. ഫോട്ടോകൾ തമ്മിലും കാലവ്യത്യാസം പ്രകടം.

അരണ്ടവെളിച്ചം

(Imagination)

രംഗത്ത് ഒരു കൊച്ചുപെൺകുട്ടി ഓടിക്കളിച്ചുകൊണ്ടിരിക്കുന്നു. വഞ്ചിനാഥന്റെ മകൾ. എന്തോ ശബ്ദം കേട്ട് പുറത്തേക്ക് നോക്കിയ കുട്ടി ആഹ്ലാദഭരിതയാവുന്നു.

കുട്ടി: *(അകത്തേക്ക് നോക്കി)* അമ്മേ... ദേ അച്ഛൻ വന്നൂൂൂ...

വഞ്ചിനാഥന്റെ ഭാര്യ പുറത്തുവന്ന് നോക്കിനിൽക്കുന്ന ദിശയിൽ നിന്ന് വഞ്ചിനാഥൻ വരുന്നു. കൈയിൽ കറേ പൊതികളൊക്കെയുണ്ട്.

ഈ സീൻ വഞ്ചിനാഥന്റെ ഒരു ഓർമ്മാശകലമായതുകൊണ്ടും ഉടനെ യാഥാർത്ഥ്യത്തിലേക്ക് മടങ്ങി വരേതുകൊണ്ടും സ്വാമിനാഥന്റെ മേക്കപ്പ് ശ്രദ്ധിക്കണം. അ്ലപം താടി രോമങ്ങൾ വളർന്ന മുഖഭാവമാവും ഉത്തമം.

വഞ്ചിനാഥൻ കയ്യിലിരുന്ന പാക്കറ്റുകൾ ഭാര്യയെ ഏല്പിച്ച് മകളെ വാരിപ്പുണരുന്നു)

വഞ്ചി: മോളെ.. തങ്കം *(ഉമ്മ വെയ്ക്കുന്നു)* എന്റെ കുഞ്ഞങ്ങു ക്ഷീണിച്ചുപോയല്ലോ?

(ഭാര്യയോട്) എന്തുപറ്റി..?

കുട്ടി: എനിക്ക് പനിയായിരുന്നച്ഛാ...

വഞ്ചി: പനിയോ? *(ഭാര്യയോട്)* എന്നിട്ടെന്തേ എന്നെ അറിയിക്കാഞ്ഞൂ?

ഭാര്യ: അത്ര കൂടുതലൊന്നുമില്ലാരുന്നു. പോരത്തതിന് അവിടെ പിടിപ്പത് പണിയുള്ള ആളല്ലേ?

വഞ്ചി: എന്റെ പൊന്നുമോളു കഴിഞ്ഞേ ഈ അച്ഛന് എന്തുമുള്ളൂ

(മാറോടണച്ചു നിവൃതിയോടെ നിൽക്കുന്നു)

വെളിച്ചം മങ്ങി പരിസരം ഇരുളിൽ.

ലൈറ്റ് വഞ്ചിനാഥനിൽ മാത്രം

ഭാര്യയുടെ 'മോളുടച്ഛാ.......' (എന്ന ഒരലർച്ച പോലെ വിളി.)

അതോടൊപ്പം വെളിച്ചം മുഴുവൻ അണയുന്നു.

ഭാഗം 2

പതുക്കെ വെളിച്ചം തെളിയുമ്പോൾ അതേ സ്ഥലം. കൈയിലെ പൊതികൾ മാറോടണച്ച് കണ്ണടച്ച് നിൽക്കുന്ന വഞ്ചിനാഥൻ. മാനസികസംഘർഷം അനുഭവിക്കുന്ന ഭാര്യയും വഞ്ചിയും. അനുയോജ്യമായ സംഗീതം.

ഭാര്യ: *(അടുത്തുചെന്ന്)* എന്തായിത്? മോള് പോയിട്ട് ഒരു വർഷമായില്ലേ?

വഞ്ചി: *(വിങ്ങിപ്പൊട്ടി)* ഞാൻ.. ഞാൻ.. എനിക്ക് സഹിക്കാനായില്ല.

പാക്കറ്റ് ഭാര്യയെ ഏല്പ്പിക്കുന്നു. അവരത് തുറന്നു നോക്കുമ്പോൾ

മോമക്ക് വേണ്ടി വാങ്ങിയ ഒരു ഉടുപ്പ് കണ്ട് സങ്കടപ്പെടുന്നു. പൊട്ടിക്കരഞ്ഞ് അകത്തേക്കോടുന്നു. വഞ്ചിനാഥൻ നിശ്ചലനായി നിൽക്കുന്നു. പിന്നെ പരിസരബോധം വന്ന കണക്കെ പതുക്കെ നടന്ന് ചരുകസേരയിൽ ഇരിക്കുന്നു)

വഞ്ചി: *(ആത്മഗതം)* ഛെ.. എനിക്കിതെന്തു പറ്റി? സംയമനത്തോടെ പ്രവർത്തിക്കേണ്ട ഞാൻ... ഇങ്ങനെ... അവളെക്കൂടി കരയിച്ചല്ലോ.

(ആലോചനയോടെ.. മുകളിലേക്ക് കണ്ണു നട്ട്)

എന്നാലും എന്റെ കുട്ടി.. ഇത്ര പെട്ടെന്നു പോയില്ലേ..

ഈശ്വരാ... ഇത്ര പെട്ടെന്നു തിരിച്ചെടുക്കാനാണെങ്കി.. എന്തിനു തന്നു ഞങ്ങൾക്കാ നിധി..

(അച്ഛൻ രഘുപതിഅയ്യരുടെ സുഹൃത്ത് രാമനാഥസ്വാമി കടന്നുവരുന്നു)

രാമ: അല്ല, ഇന്നലെ എത്തുമെന്നായിരുന്നല്ലോ കേട്ടത്.

വഞ്ചി: *(എണീറ്റ്)* മാമനോ? വരു, ഇരിക്കൂ... ഞാൻ പോണ്ടിച്ചേരി വരെ പോയിരുന്നു.

രാമ: പോണ്ടിച്ചേരിയിലോ. അവടേക്ക് പോകാൻ പാസ്സു വേണമല്ലോ അല്ലെ? അത് ഫ്രഞ്ചുകാരുടെ അധീനതയിലുള്ള സ്ഥലമല്ലേ?

വഞ്ചി: അതെ. പാസ്സൊക്കെ സംഘടിപ്പിച്ചു. ഇനി കുറച്ചുകാലം ഞാൻ അവിടേക്ക് മാറിനിൽക്കാൻ തീരുമാനിച്ചു

രാമ: വഞ്ചിനാഥാ...

വഞ്ചി: അതെ മാമാ.. ഇവിടം എന്നെ ഭ്രാന്തനാക്കും. ഇത്രയും നാൾ എല്ലാവരേയും സ്നേഹിച്ചു. കടമകൾ കൃത്യമായി ചെയ്തു. ഇനി ശിഷ്ടകാലം ദേശത്തിനായി സേവിക്കാൻ തീരുമാനിച്ചു.

രാമ: ഇതുകേട്ടാൽ തോന്നും ഇതുവരെ സേവനം ഒന്നും ചെയ്തില്ല്യാന്ന്. നീയും നിന്റെ അച്ഛനുമൊക്കെ ദേശത്തിനു വേണ്ടിയല്ലേ ജീവിച്ചത്?

വഞ്ചി: അതല്ല. ഞാൻ ജോലി ഉപേക്ഷിച്ചു. പോണ്ടിച്ചേരിയി

ൽ ബ്രിട്ടീഷ് സാമ്രാജ്യത്തിനെതിരെ ഒരു സംഘം പ്രവർത്തിക്കുന്നുണ്ട്. അവരുമായി ചേരുവാൻ തീരുമാനിച്ചു. അവരെ നയിക്കുന്നത് വി.വി.എസ്. അയ്യരാണ്. അദ്ദേഹത്തിന്റെ പ്രചോദനം വിപ്ലവകവി സുബ്രഹ്മണ്യഭാരതിയും.

രാമ: കുടുംബം?

വഞ്ചി: ദേശം അടിമത്തമനുഭവിക്കുമ്പോൾ കുടംബമല്ല വലുത്. ദേശമാണ് മുഖ്യം. ഞാനതു തീരുമാനിച്ചു കഴിഞ്ഞു.

രാമ: നീ ഒന്നു തീരുമാനിച്ചാൽ അതിൽ നിന്നും പിന്നോക്കം മാറുക പ്രയാസമാണ്. മാത്രമല്ല സദുദ്ദേശത്തിനല്ലാതെ നീ നിലകൊള്ളുകയുമില്ല. പക്ഷേ, ഞങ്ങൾക്കിവിടെ നാഥനില്ലാതാകും. അതോർക്കുമ്പോഴാ..

വഞ്ചി: ഞാനല്ലെങ്കിൽ മറ്റൊരാൾ തീർച്ചയായും ഉണ്ടാവും. പ്രത്യേകമായി ആരും ആരേയും കണ്ടല്ലല്ലോ പ്രസ്ഥാനങ്ങൾ ഉടലെടുക്കുന്നത്. എന്നെയിപ്പോൾ പോണ്ടിച്ചേരി വിളിക്കുന്നു.

രാമ: ഒരുപക്ഷെ, രാഷ്ട്രത്തിനായി ജീവൻ തന്നെ ബലിനൽകേണ്ടിവരും, വഞ്ചിനാഥാ

വഞ്ചി: അതെ, അതാണ് ഞങ്ങളുടെ ലക്ഷ്യം. ഒന്നുകിൽ സ്വാതന്ത്ര്യം, അല്ലെങ്കിൽ മരണം. ദൃഢനിശ്ചയമാണത്. ഭാരതാംബയുടെ കാലിലെ അടിമത്തത്തിന്റെ ചങ്ങല പൊട്ടിച്ചെറിയുവാൻ എന്റെ ജീവനെക്കാളും വലുതാണ്. എന്റെ നാടിന്റെ സ്വതന്ത്ര്യം. (പോസ്)

രംഗം ഇരുളുന്നു

9

ചിദംബരംപിള്ളയുടെ ഓഫീസ്

തൂത്തുകുടിയിൽ നിന്ന് കൊളംബിലേക്ക് സ്വദേശി കപ്പലോടിച്ച് ചരിത്രം സൃഷ്ടിച്ചയാളാണ് പിള്ള. ഹെഡ്ക്ലാർക്ക് താണുപിള്ള, മറ്റൊരു ക്ലാർക്ക്, ഒരു യാത്രക്കാരനായെത്തിയ ആൾ ഇവരാണ് രംഗത്ത്.

ആൾ: കൊളംബിലേക്ക് ടിക്കറ്റ് വേണം അഞ്ചുപേർക്ക്

താണു: എന്നത്തേക്കാണ് വേണ്ടത്?

ആൾ: ഏറ്റവും അടുത്ത ദിവസം. അവിടെ ജോലി ശരിയായിട്ടുണ്ട്. ഒരു തോട്ടത്തിൽ

താണു: നമ്മുടെ കപ്പലിൽ മൂന്നു മാസത്തേക്ക് ബുദ്ധിമുട്ടാണ്. ആകെ തിരക്കാണ്.

ആൾ: അയ്യോ, അങ്ങനെ പറഞ്ഞാൽ..

ക്ലർക്ക്: നിങ്ങൾ ബ്രിട്ടീഷ് കപ്പലിൽ അന്വേഷിക്കൂ.

ആൾ: എന്നാ സ്വാമീ താങ്കൾ പറയുന്നത്? നമ്മുടെ കപ്പലുള്ളപ്പോൾ പരദേശി കപ്പലിന് പണം എതുക്ക് കൊടുക്കവേണം.

താണു: ഒരു കാര്യം ചെയ്യാം. ആരെങ്കിലും യാത്ര വേണ്ടെന്നു വെച്ചാൽ ആ സ്ഥാനത്ത് നിങ്ങളെ പരിഗണിക്കാം.

ആൾ: പോതും, അതുതാൻ പോതും. തോട്ടത്തിൽ ഒരു മൂന്നു മാസം കാലാവധി ചോദിച്ചു വാങ്ങാം.

ക്ലർക്ക്: അതു ശരിയാ..

താണു : ചിദംബരം അയ്യാവുക്ക് ഒരു കപ്പലുകൂടി ഓടിക്കാൻ തോന്നലുണ്ട്. അപ്പൊ തിരക്ക് കുറക്കാം.

ആൾ: അയ്യാവുക്ക് നൂറ് പുണ്യം കിട്ടും. സായിപ്പൻമാർ കപ്പലിൽ നമ്മുടെ ആൾക്കാരെ കുത്തിത്തിരുകിയാ കൊണ്ടു പോകുന്നത്. ശ്വാസം വിടുവാൻ പോലും സ്ഥലമില്ല.

താണു: അല്ലെങ്കിലും അവർക്ക് നമ്മൾ അടിമകളല്ലേ, ആട്ടെ പേരുകൾ പറയൂ.

(യാത്രക്കാരൻ വിവരങ്ങൾ നൽകുന്നു)

ങ്അ, ഇടം ഉണ്ടായാൽ അറിയിപ്പു തരും.

ആൾ: ശരി.. വരട്ടെ *(പോകുന്നു)*

ക്ലർക്ക്: സാർ, ഞാനൊരു വിവരം കേട്ടു. ശരിയാണോ ആവോ.

താണു: എന്താണ് കേട്ടതെന്നറിഞ്ഞാലല്ലേ ശരിയാണോന്ന് പറയാൻ പറ്റൂ.

ക്ലർക്ക്: ചിദംബരം അദ്ദേഹത്തെ പോലീസ് അന്വേഷിക്കുന്നൂ എന്നാ..

താണു: അതുപിന്നെ ഉണ്ടാകാതെ വരുമോ. നമ്മൾ അവരുടെ വരുമാനമല്ലേ കുറച്ചത്. അവർ വസൂലാക്കുന്നതിന്റെ പകുതിക്കല്ലേ നമ്മൾ യാത്രക്കാരെ കൊണ്ടു പോകുന്നത്.

(ഇംഗ്ലീഷുകാരൻ ഇൻസ്പെക്ടറും ഒരു പോലീസുകാരനും കടന്നു വരുന്നു)

ഇൻസ്: ഇത് ഓ.വി ചിദംബരംപിള്ളയുടെ ഓഫീസല്ലേ?

താണു: (എഴുന്നേറ്റുനിന്ന് ഭവ്യതയോടെ) അതെ സാറേ..

ഇൻസ്: അയാൾ എവിടെ?

താണു: ഇതുവരെ എത്തിയില്ല

പോലീ: എവിടെ കാണും?

താണു: അതറിയില്ല. എന്താ സാറേ കാര്യം?

ഇൻസ്: അത് അയാളോട് പറയാം. എവിടെ കാണുമെന്നു പറ. ഇല്ലെങ്കിൽ തന്നെ കൊണ്ടുപോകേണ്ടിവരും.

താണു: ഇന്നു കപ്പൽ കൊളംബിലേക്ക് യാത്ര തിരിക്കും. പോ

ർട്ടിലെ ഓഫീസിൽ കാണും.

ഇൻസ്: *(ചിരിച്ച്)* കപ്പൽ എങ്ങോട്ടും പോവില്ല. അത് ഞങ്ങൾ കണ്ടുകെട്ടിക്കഴിഞ്ഞു.

താണു: സാർ

പോലീ: അതെ, നികുതിയടയ്ക്കാതെ നടത്തുന്ന കള്ളകപ്പലോട്ടം

ഇൻസ്: (ഒരു കവറെടുത്തു നീട്ടി) അയാളെ അറസ്റ്റ് ചെയ്യുവാനുള്ള വാറണ്ടാണിത്. എവിടെപ്പോയൊളിച്ചാലും ഞങ്ങൾ കണ്ടെത്തും ഇപ്പോൾ ഞങ്ങൾ പോകുന്നു. പക്ഷെ, നിങ്ങളും ഈ ഓഫീസുമെല്ലാം ഞങ്ങളുടെ നിരീക്ഷണത്തിലാണ്. ഓർമ്മയിലിരിക്കട്ടെ.

(അവർ പോകുന്നു)

താണു: കാര്യങ്ങൾ അവർ എത്ര വേഗത്തിലാ തീർക്കുന്നത്

ക്ലർക്ക്: അപ്പോൾ സംഗതി ആകെ കുഴപ്പമായോ?

താണു: ഇനി എന്ത് കുഴപ്പമാകാനാ? കപ്പൽ കണ്ടുകെട്ടിയെന്നല്ലേ പറഞ്ഞത്. ആ കണക്കിന് ഇനി കമ്പനി കുളം തോണ്ടിയേ അവരടങ്ങൂ.

ക്ലർക്ക്: അപ്പോൾ നമ്മളൊക്കെയോ?

താണു: എതിർത്താലും ഇല്ലെങ്കിലും തുറുങ്കിൽ

ക്ലർക്ക്: ഞാൻ വിവാഹം കഴിച്ചിട്ടധികമായില്ല സാറെ.

താണു: ബാക്കി അവർ നോക്കിക്കൊള്ളും, താൻ തയ്യാറായിക്കോ

ക്ലർക്ക്: പേടിപ്പിക്കാതെ സാർ

(അല്പം പരിഭ്രാന്തിയോടെ ചിദംബരംപിള്ള കടന്നുവരുന്നു.)

താണു: നമസ്കാരം. പോലീസ് തിരക്കി വന്നിരുന്നു.

ചിദം: ഇനിയും വരും. ങ്അ... നിങ്ങൾ രക്ഷപ്പെട്ടോളൂ. എന്നെ അവർ പിടിക്കും അതുറപ്പാണ്. പിടി കൊടുക്കാതിരുന്നിട്ടും പ്രയോജനമില്ല. രാജ്യദ്രോഹത്തിനാണ് വാറണ്ട്.

താണു: ഇല്ല സാർ. ഞങ്ങൾ സാറിനൊപ്പമുണ്ട്. ജീവിക്കാനും മരിക്കാനും...

ചിദം: മഠയത്തരം പറയാതിരിക്കൂ. നിങ്ങൾ എത്രയും വേഗം രക്ഷപ്പെടണം. താമസിയാതെ സായുധപ്പോലീസ് എത്തി ഇവിടം വളയും. ങ്ആ, ഇവിടെയുള്ള കളക്ഷൻ മുഴുവൻ മാറ്റിക്കോ. എന്നിട്ട് അതുകൊണ്ട് ഉദ്യോഗസ്ഥരുടെ കുടുംബങ്ങൾക്ക് വേണ്ടത് ചെയ്യണം.

താണു: സാർ.. ഞങ്ങൾ..?

ചിദം: പറഞ്ഞത് അനുസരിക്കൂ. അതാണ് എന്നോട് കാണിക്കാവുന്ന നന്ദി. നിങ്ങൾ കൂടി അകത്തായാൽ നമ്മുടെ ബാക്കി ഉദ്യോഗസ്ഥരുടെ കുടുംബങ്ങളുടെ ജീവിതം തന്നെ ബുദ്ധിമുട്ടാവും. അതുകൊണ്ട് എത്രയും വേഗം നിങ്ങൾ ഇവിടം വിടണം.

(മനസ്സില്ലാ മനസ്സോടെ ഹെഡ്ക്ലർക്ക് താണുപിള്ളയും ക്ലർക്കും ഒരു ട്രങ്കുപെട്ടിയുമായി തിരിഞ്ഞു നേക്കിക്കൊണ്ടുതന്നെ പുറത്തേക്ക് പോകുന്നു.)

ചിദംബരം വേഗം വേഗം എന്ന രീതിയിൽ കൈകൾ കൊണ്ട് ആംഗ്യം കാണിക്കുന്നു. അവർ പോയി എന്ന് ഉറപ്പാക്കി കസേരയിൽ വന്നിരുന്ന് നെടുവീർപ്പിടുന്നു.)

ചിദം: *(ആത്മഗതം)* എന്നെ ഒരാളെ തകർത്താൽ ഒൻപത് ചിദംബരങ്ങൾ ഉയിർകൊള്ളും. ഭാരതീയന്റെ വീറ്, വാശി.. ഇതൊന്നും വെള്ളപ്പട്ടികൾക്കറിയില്ല.

(വെളിയിൽ പോലീസിന്റെ ബൂട്ട്സിന്റെ ശബ്ദവും വിസിലടിയും കേൾക്കാം.

പോലീസ് വിന്യസിച്ചിരിക്കുന്നതിന്റെ ലക്ഷണങ്ങൾ. ചിദംബരം ഒന്നുംസംഭവിക്കാത്ത മട്ടിൽ തന്നെ കൂസലില്ലാതെ നിലകൊള്ളുന്നു. ഒരു പോലീസ് ഓഫീസർ കടന്നു വരുന്നു. അയാൾക്ക് ശേഷം ഉയർന്ന പോലീസ് മേധാവിയും പ്രവേശിക്കുന്നു. ആദ്യം വന്ന ഓഫീസർ ചിദംബരത്തിനു നേരെ വിരൽ ചിണ്ടി)

ഓഫീ 1: നിങ്ങളല്ലേ വി.ഒ. ചിദംബരം പിള്ള?

ചിദം: അതെ. ഞാൻ തന്നെ

ഓഫീ 2: ബ്രിട്ടീഷ് പോലീസ് കോർട്ടിന്റെ അനുമതിയോടെ നിങ്ങളെ അറസ്റ്റ് ചെയ്തിരിക്കുന്നു.

ചിദം: ഞാൻ ചെയ്ത തെറ്റ്?

ഓഫീ 1: ബ്രിട്ടീഷ് സാമ്രാജ്യത്തിനെതിരെ നിങ്ങൾ വിധ്വംസന പ്രവർത്തനങ്ങൾ നടത്തി. അതുമാത്രം മതിയല്ലോ?

ചിദം: ഇത് ബ്രിട്ടീഷ് സാമ്രാജ്യവുമല്ല, നിങ്ങളുടെ ഭരണവുമല്ല. ഇതു ഭാരതമാണ്, ഭാരതം.

ഓഫീ 2: നിങ്ങൾ എന്തൊക്കെ ന്യായം പറഞ്ഞാലും ഞങ്ങൾ സമ്മതിച്ചു തരില്ല. ഞങ്ങൾക്ക് കീഴടങ്ങുന്നതാണ് നല്ലത്.

ഓഫീ 1: ഇവിടമാകെ പോലീസ് വളഞ്ഞിരിക്കയാണ്.

ചിദം: അതെനിക്കറിയാം. നിസ്സഹായനായ, നിരായുധനായ ഒരു ചിദംബരംപിള്ളയെ കീഴടക്കുവാൻ നാട്ടിലുള്ള എല്ലാ കൂലിപ്പടകളേയും കൂട്ടി കാടിളക്കി വന്നിരിക്കയല്ലേ?

ഓഫീ 1: (ദേഷ്യം വന്ന്) എന്തു പറഞ്ഞു താൻ ?

ചിദം: *(കൈ തട്ടി മാറ്റി)* ശരിയല്ലേ പറഞ്ഞത്? എന്റെ കൈയിൽ ആയുധമില്ല. ഞാനൊറ്റക്കാ, നിങ്ങളോ..?

ഓഫീ 2: ചിദംബരംപിള്ള കുറച്ചു കൂടി മാന്യത കാണിക്കണം. ഞങ്ങൾ ഗവൺമെന്റ് ഓഫീസർമാരാണ്. നിങ്ങൾക്കെതിരെ എന്തു നടപടിക്കും ഞങ്ങൾക്ക് സ്വതന്ത്ര്യമുണ്ട്. അതു മറക്കരുത്.

ചിദം: എനിക്കതറിയാം. ഇന്നു നിങ്ങൾ പിടിച്ചുകൊണ്ടുപോകും. പേരിനൊരു വിചാരണ നടത്തും. നേരം പുലരും മുമ്പ് കെട്ടിത്തൂക്കും. എല്ലാം എഴുതി തയ്യാറാക്കിയ നാടകങ്ങൾ.

ഓഫീ 1: മിസ്റ്റർ ചിദംബരംപിള്ള *(അലറുന്നു)*

ചിദം: എനിക്കതിൽ ഭയമില്ല. അഭിമാനമേയുള്ളൂ. എന്റെ ജീവിതാവസാനം വരെ ഞാൻ ഭാരതാംബയുടെ സ്വാത

ന്ത്ര്യത്തിനായി പടപൊരുതും. നിങ്ങൾക്കെന്നെ തടയുവാനാകില്ല. ഭാരത് മാതാ കീ ജയ്.

വന്ദേ മാതരം.

(മുന്നോട്ടായുമ്പോൾ രണ്ടു ഓഫീസർമാരും ബലമായി തടയുന്നു. കുതറി മാറാൻ ശ്രമിക്കുമ്പോൾ പോലീസ് വിസിൽ മുഴക്കുന്നു. വെളിച്ചം ഉയർന്നും താഴ്ന്നും നിൽക്കുമ്പോൾ ബൂട്ട്സുകളുടെ ശബ്ദവും വിസിൽ മുഴക്കങ്ങളും വന്ദേമാതരം വിളികളുമായി ശബ്ദമുഖരിതമാവുന്നതിനോടൊപ്പം വെളിച്ചം ക്രമേണ പൊലിയുന്നു.)

10

റെയിൽവേ പ്ലാറ്റ്ഫോം

അപ്രധാനവും വിജനവുമായ ഒരു റെയിൽവേ സ്റ്റേഷൻ
പക്ഷെ വണ്ടികൾ കറേ സമയം അവിടെ നിർത്തുക പതിവാണ്.
പോസ്റ്റൽ ഉരുപ്പടികളുടെ പാഴ്സലുകൾ കയറ്റാനാണ്
അത് സംഭവിക്കാറ്.

രംഗം തുടങ്ങുമ്പോൾ ഒരു തീവണ്ടി വന്നുനിൽക്കുന്നു. ഈ വണ്ടിയുടെ ഫസ്റ്റ്ക്ലാസ്സ് കംമ്പാർട്ടുമെന്റിൽ തിരുനെൽവേലി കളക്ടറും അദ്ദേഹത്തിന്റെ ഭാര്യയും സഞ്ചരിക്കുന്നുണ്ട്. രണ്ടു അരോഗദൃഢഗാത്രരായ യുവാക്കൾ പുറത്തുനിന്നും പ്ലാറ്റുഫോമിലേക്ക്ക ടന്നുവരുന്നു. ഇരുവരും യൂറോപ്യൻ സ്റ്റൈൽ വസ്ത്രധാരണം. അത് വഞ്ചിനാഥഅയ്യരും മാടസ്വാമിയുമാണ്. മാടസ്വാമി കറുത്ത കോട്ടും വഞ്ചിനാഥൻ പച്ച കോട്ടുമാണ് ധരിച്ചിരിക്കുന്നത്.

വഞ്ചി: സമയം നമുക്ക് അനുകൂലമാണ്.

മാടസ്വാമി: ഇതുവരെ പാഴ്സൽ വാൻ എത്തീട്ടില്ല

വഞ്ചി: ഇന്നു ധാരാളം പാഴ്സലുകൾ കാണും. ഒരുപക്ഷെ നമ്മുടെ കൂട്ടർ വഴിയിൽ തടഞ്ഞതുമാകാം.

മാടസ്വാമി: അങ്ങിനെ ഒരു തീരുമാനം നമ്മൾ എടുത്തിരുന്നില്ലല്ലോ. അല്ലെങ്കിലും അത് അപകടമല്ലേ? ഇതിന്റെ പരിപൂർണ്ണ ഉത്തരവാദിത്വം നമ്മൾ രണ്ടുപേർക്ക് മാത്രമാണല്ലോ

വഞ്ചി: ഞാനെന്റെ ഒരു നിഗമനം പറഞ്ഞെന്നേയുള്ളൂ.

മാടസ്വാമി: കൂടുതൽ കരുതൽ വേണം.

വഞ്ചി: പോലീസുകാർ ആരുമില്ലെന്നു തോന്നുന്നു

മാടസ്വാമി: അങ്ങിനെ വരാൻ സാധ്യതയില്ല. കാരണം നാടാകെ പ്രക്ഷുബ്ധമാണ്. അണ്ണന്റെ കൊലപാതക പ്രശ്ന ത്തിൽ

വഞ്ചി: അത് ശരിയാണ്. നാം ബദ്ധശ്രദ്ധരായിരിക്കണം.സം ശയത്തിന് ഇടകൊടുക്കരുത്.

മാടസ്വാമി: സാധാരണ ഒരു മൂന്നാംക്ലാസ്സ് യാത്രക്കാരന്റെ ഭാവമാ ണ് വേണ്ടത്.

വഞ്ചി: അതല്ലേ ഈ വേഷം തിരഞ്ഞെടുക്കാൻ കാരണം. ആകെ ഒരു ഈർഷ്യയാ. എങ്ങിനെ ഇവൻമാരിത് വലി ച്ചു കേറ്റി നടക്കുന്നു ആവോ.

മാടസ്വാമി: ങ്അ.. ഞാനൊന്നു നോക്കി വന്നാലോ?

വഞ്ചി: വേണ്ട... ഞാൻ തന്നെ നോക്കിക്കോളാം. താങ്കൾ ഇവി ടെ ശ്രദ്ധിച്ചാൽ മതി. ആർക്കും സംശയം തോന്നരുത്. ശ്രദ്ധിക്കണം.

മാടസ്വാമി: ഇനി അവർ പുറപ്പെട്ടിട്ടില്ലേ?

വഞ്ചി: ശുഭാപ്തി വിശ്വാസം മതി.

(വഞ്ചിനാഥൻ ശ്രദ്ധാപൂർവം ഓരോ ബോഗികളിലും കയറിയിറങ്ങി പരിശോധിക്കുന്നു. ഈ സമയം പുറത്ത് ഒരു വാൻ വന്നു നിൽക്കു ന്നതും ഡോർ തുറന്നടയ്ക്കുന്നതുമായ ശബ്ദങ്ങൾ. ഒരാൾ ഒരു പാ ഴ്സൽ കെട്ടു ചുമന്ന് ഒരു വശത്തു നിന്നും മറുവശത്തേക്ക് നടന്നു മറയുന്നു. പിന്നാലെ സ്റ്റേഷൻമാസ്റ്റർ കൈയിൽ പച്ചയും ചുവപ്പു മായ കൊടികൾ ചുരുട്ടിപ്പിടിച്ച് പോകുന്നു. ഇവർ ആരെയും ശ്രദ്ധി ക്കാതെ അവരുടെ ഡ്യൂട്ടിയുടെ ശ്രദ്ധയിൽ മാത്രം. പക്ഷെ വഞ്ചി യും മാടസ്വാമിയും ഇവരെ നിരീക്ഷിക്കുന്നുണ്ട്. വഞ്ചിനാഥൻ ഒരു ബോഗിയിൽ നിന്ന് സംതൃപ്തിയോടെ ഇറങ്ങി വന്ന് മാടസ്വാമിക്ക് ഉദ്ദേശിച്ച ആൾ ഇതിൽ ഇരിപ്പുണ്ടെന്ന സിഗ്നൽ കൊടുക്കുന്നു. മാ ടസ്വാമിയും വഞ്ചിനാഥനും രഹസ്യമായി സംസാരിച്ച് എന്തോ തീരു മാനിച്ചുറച്ച പോലെ ഒരു ദിശയിലേക്ക് മറയുന്നു.. ഈ സമയം പ്ളാ റ്റുഫോമിലേക്ക് ഇറങ്ങിനിൽക്കുന്ന കളക്ടർ. ഇരുവശങ്ങളിലേക്കും ചുറ്റുപാടും ശ്രദ്ധിച്ച് അക്ഷമയോടെ ഉലാത്തുന്നു. ഗൗരവക്കാരന്റെ ഭാവചലനങ്ങൾ. പിന്നെ ഒന്നു നിന്ന് കംപാർട്ടുമെന്റിന്റെ ഉള്ളിലേ

ക്ക് നോക്കി ഭാര്യയോട് സംസാരിക്കുന്നു)

കളക്ടർ: കം.. ഡിയർ, കം.. ഡൗൺ (Come Dear, Come down) ലുക്ക്, ഹൗ ബ്യൂട്ടിഫുൾ ദിസ് പ്ളേയ്സ് (Look, how Beautiful this place is)

ഭാര്യ: *(സ്വരം മാത്രം)* ഡിയർ. കീപ്പ് വിജിൽ. കം ഇൻസൈഡ്

കളക്ടർ: ഓ നോ.. യു കം ഔട്ട്. സീ ദി ബ്യൂട്ടി ഓഫ് നേച്ചർ

(അയാൾ ആസ്വദിച്ച് ഉലാത്തുന്നു. മുന്നോട്ടു പോയിരുന്ന സ്റ്റേഷൻ മാസ്റ്റർ മടങ്ങിവരുന്നു. കളക്ടറെ വിഷ് ചെയ്ത് ഭവ്യതയോടെ ഒതുങ്ങി നിൽക്കുന്നു)

കളക്ടർ: ഹൗ മച്ച് ടൈം ദ ട്രെയിൻ വിൽ ടേക്ക് ടു സ്റ്റാർട്ട് (How much time the train will take to start?)

സ്റ്റേ.മാ: ഒൺ ഹവർ മോർ. ഒൺലി വൺ പാഴ്സൽ വാൻ അറൈവ്ഡ്. ടൂ മോർ ടു കം) (One hour more. Only one parcel van arrived. Two more to come)

കളക്ടർ: ഓ. ഓകെ.. കാരി ഓൺ (Oh, OK carry on)

സ്റ്റേ.മാ: യുവർ മെജിസ്റ്റി. എനി അസിസ്റ്റൻസ് ഫ്രം അവർ സൈഡ്?

കളക്ടർ: നോ.. നോ. ഇറ്റ്സ് ഓകെ.

സ്റ്റേ.മാ: താങ്ക്യു സാർ

(കളക്ടർ കൈ ഉയർത്തുന്നു. സ്റ്റേഷൻ മാസ്റ്റർ ഓഫീസിലേക്ക്പോകുന്നു. കളക്ടർ വീണ്ടും ഉലാത്തിക്കൊണ്ടിരിക്കുന്നു.

വഞ്ചിനാഥൻ കടന്നുവരുന്നു. അയാൾ കളക്ടറെ ശ്രദ്ധിക്കാതെ കളക്ടറുടെ ബോഗിയിലേക്ക് കയറുവാൻ ശ്രമിക്കുന്നു)

കളക്ടർ: (പെട്ടെന്ന് നോക്കി) ഹേയ് മിസ്റ്റർ... മിസ്റ്റർ..

(വഞ്ചിനാഥൻ പകുതി കംപാർട്ടുമെന്റിലേക്കും പകുതി പുറത്തേക്കുമെന്ന നിലയിൽ കളക്ടറെ തിരിഞ്ഞു നോക്കുന്നു.)

കളക്ടർ: മിസ്റ്റർ, ദാറ്റിസ് മൈ സലൂൺ. (Mr., That's my saloon) മൈ വൈഫ് ഈസ് സിറ്റിങ് ദേർ (My wife is sitting there)

യു, ഇൻഡ്യൻ, ഹൗ യു ഗെറ്റ് ഇൻ? (You, Indian. How you get in?)

വഞ്ചി: *(ഇറങ്ങി)* സോറി സാർ. ഐ ഹാവ് ഫസ്റ്റ് ക്ലാസ്സ് ടിക്കറ്റ്. ഐ ഡുനോട്ട് നോ, ദിസ് ഈസ് യുവർ സ്പെഷൽ സലൂൺ. എക്സ്ട്രീംലി സോറി.

കളക്ടർ: ഓകെ.

(വഞ്ചിനാഥൻ ഇതുവരെ കണ്ടിട്ടില്ലാത്ത കളക്ടറെ തിരിച്ചറിയുവാനായി നടത്തിയ ശ്രമമാണ്. അയാൾ ഒരു വശത്തേക്ക് മാറി മാടസ്വാമിക്ക് 'അതെ' എന്ന അർത്ഥത്തിൽ സിഗ്നൽ കൊടുക്കുന്നു.)

ഇപ്പോൾ ഒരു വാൻ വന്നു നിൽക്കുന്നതും ഡോർ തുറന്നടയുന്നതുമായ ശബ്ദങ്ങൾ. ഉടനെ പഴയതു പോലെ ഒരാൾ പാഴ്സൽ കെട്ടുമായി വന്ന് മറുദിശയിലേക്ക് പോകുന്നു. ഉടനെ മറ്റൊരു പാഴ്സൽ വണ്ടിയും അതുപോലെ വന്നു പോകുന്ന ശബ്ദം. സ്റ്റേഷൻ മാസ്റ്റർ ഒരു ചൂരൽവളയവുമായി എഞ്ചിൻഭാഗത്തേക്ക് പോകുന്നു.

അതു കാണുന്ന കളക്ടർ തീവണ്ടിയ്ക്കുള്ളിലേക്ക് കയറുന്നു.

തുടർന്ന് വണ്ടിയുടെ ചൂളവും സ്റ്റാർട്ട് ചെയ്യുന്ന ശബ്ദങ്ങളും ചലനങ്ങളും

രംഗം ശൂന്യം.

വഞ്ചിനാഥഅയ്യരും മാടസ്വാമിയും തിരക്കിട്ട് എന്നാൽ ശ്രദ്ധയോടെ കടന്നു വരുന്നു.

മാടസ്വാമി മെയിൻഗേറ്റിനരുകിൽ പ്ളാറ്റുഫോമിൽ കാവൽപോലെ നിൽക്കുന്നു. തൽസമയം വഞ്ചിനാഥൻ കളക്ടറുടെ ബോഗിയിലേക്ക് ചാടിക്കയറുന്നു.

വണ്ടി നീങ്ങിത്തുടങ്ങുന്നതോടൊപ്പം വാതിലിൽ നിന്നു തന്നെ വഞ്ചിനാഥൻ തോക്കെടുത്ത് കളക്ടറെ നിറയൊഴിക്കുന്നു.

അയാൾ ചാടിയിറങ്ങുന്നതും കളക്ടറുടെ വെടിയേറ്റ ശേഷമുള്ള ദീനരോദനവും ഭാര്യയുടെ ഹെൽപ്പ്.. ഹെൽപ്പ് എന്ന നിലവിളിയും കേൾക്കാം.

എല്ലാം വളരെ ധൃതഗതിയിലാണ് നടക്കുന്നത്.

വഞ്ചിനാഥൻ തോക്കുമായി പ്ളാറ്റുഫോമിന്റെ നടുവിലെത്തി.

'വന്ദേമാതരം.. ഭാരത് മാതാ കീ ജയ്..'

എന്ന് മൂന്നാവർത്തി മുദ്രാവാക്യം മുഴക്കി തോക്ക് സ്വന്തം വായിലേക്ക് തിരുകി സ്വയം വെടിയുതിർക്കുന്നു.

ഇരുളും കടുംചുവപ്പും നിറഞ്ഞ് രംഗം.

പ്ളാറ്റുഫോമിൽ മരിച്ചുവീഴുന്ന വഞ്ചിനാഥൻ

അമ്പരപ്പോടെ പകച്ചുപോയ അവസ്ഥയിൽ കറുത്തിരുണ്ട് മാടസ്വാമി

(പോസ്)

അണിയറയിൽ 'വന്ദേമാതരം' എന്ന ധ്വനികൾ മാത്രം

യവനിക